AF693336

உன்னை பார்த்த நொடியில்

மதி மீனாட்சி

Copyright © MATHI MEENAACHI
All Rights Reserved.

This book has been self-published with all reasonable efforts taken to make the material error-free by the author. No part of this book shall be used, reproduced in any manner whatsoever without written permission from the author, except in the case of brief quotations embodied in critical articles and reviews.

The Author of this book is solely responsible and liable for its content including but not limited to the views, representations, descriptions, statements, information, opinions and references ["Content"]. The Content of this book shall not constitute or be construed or deemed to reflect the opinion or expression of the Publisher or Editor. Neither the Publisher nor Editor endorse or approve the Content of this book or guarantee the reliability, accuracy or completeness of the Content published herein and do not make any representations or warranties of any kind, express or implied, including but not limited to the implied warranties of merchantability, fitness for a particular purpose. The Publisher and Editor shall not be liable whatsoever for any errors, omissions, whether such errors or omissions result from negligence, accident, or any other cause or claims for loss or damages of any kind, including without limitation, indirect or consequential loss or damage arising out of use, inability to use, or about the reliability, accuracy or sufficiency of the information contained in this book.

Made with ❤ on the Notion Press Platform
www.notionpress.com

உன்னை பார்த்த நொடியில்.

துதிப்போர்க்கு வல்வினைப்போம்
துன்பம் போம் நெஞ்சில்
பதிப்போர்க்கு செல்வம் பலித்து
கதித்து ஓங்கும் நிஸ்டையையும்
கைகூடும் நிமலர் அருள்
கந்தர் சஷ்டி கவசத் தனை...

அந்தக் காலை நேரத்தில் பூஜை அறையில் அமர்ந்து மனம் உருக முருகனைப் பற்றி பாடி கொண்டிருந்தார் குமுதா. அவர்கள் அறையில் இருந்து வெளியே வந்த கணவர் சந்திரன் அவரை தொந்தரவு செய்யாமல் வீட்டின் வெளியே வந்தார்.

அந்த வீடு சந்திரன் குமுதா திருமணம் முடிந்து கட்டிய வீடு. அந்த வீட்டிற்கு வந்த பிறகுதான் அவருக்கு தெய்வானை, மணிமொழி என்ற இரு பெண் குழந்தைகள் பிறந்தனர். சந்திரனின் அம்மாவிற்கு ஆண் குழந்தைகள் தன் மகனுக்கு இல்லை என வருத்தம். அதை சில நேரம் பேத்திகளின் மீது காட்டுவார். ஆனால் அந்தக் கவலை ஏதும் சந்திரனுக்கு இல்லை. தன் குழந்தைகளை மகிழ்ச்சியாகவே வளர்த்தார்.

அவருக்கு சொந்தமாக அந்த ஊரில் ஒரு புகழ்பெற்ற துணிக்கடை உள்ளது. அவர் நல்ல திறமையானவர் நல்ல வருமானம் கிடைக்கி-

றது. அவரின் மூத்த பெண் தெய்வானை கல்லூரி இறுதி ஆண்டு படிக்கிறாள். இளையவள் பனிரெண்டாம் வகுப்பு படிக்கிறாள்.

வீட்டைச் சுற்றி காய்கறி செடிகள், பூச்செடிகள் இருந்தன. அவற்றை அவரின் மனைவியும் மகள்களும் பராமரிக்கின்றனர். தோட்டத்தைச் சுற்றி நடந்தவர் அங்குள்ள சிமெண்ட் பெஞ்சில் அமர்ந்தார்.

கந்த சஷ்டி கவசம் பாடி முடித்த அவரின் மனைவி காபி கலந்து கணவருக்காக எடுத்து வெளியே வந்தார். தான் நுகர்ந்த காப்பி மனத்தால் திரும்பிப் பார்த்தார் கணவர். அவருக்கானதை கொடுத்துவிட்டு அவர் அருகில் அமர்ந்தார். இது தினமும் அந்த வீட்டில் நடக்கும் நிகழ்வு தான்.

ஆனால் இன்று இருவரும் ஒரு யோசனையோடு அமர்ந்திருந்தனர். அவர்கள் யோசனை எல்லாம் தங்கள் மூத்த பெண் தெய்வானையை பற்றியது.

முதல் நாள் மாலை அவர்களின் துணி கடைக்கு சந்திரனின் தூரத்து உறவினர் பாலராமன் வந்தார். நல விசாரிப்புக்கு பின் தெய்வானைக்கு வந்த வரனை பற்றி கூறினார். அதற்குச் சந்திரன், வீட்டில் கலந்து பேசி தகவல் தருவதாக அனுப்பி வைத்தார்.

அவர் கூறிய மாப்பிள்ளை வீடு அதே ஊரிலேயே தான் இருந்தது. அவர்களுக்கு சொந்தமாக நகரின் முக்கிய இடத்தில் ஒரு பலசரக்கு கடை உள்ளது. அதன் உரி மையாளர் கந்தன். அவரின் மனைவி மங்கையர்கரசி. அவர்களுக்கு மூன்று பிள்ளைகள். மூத்தவன் முத்துபாண்டி படித்து தனியார் துறையில் வேலை பார்க்கிறான். அவனுக்கு கந்தனின் சகோதரி மகள் நர்மதாவை தான் திருமணம் செய்து வைத்தனர். அவர்கள் தற்போது சென்னையில் வசிக்கின்றனர். கந்தன் அவர்களை சொந்த ஊரிலேயே இருந்து தொழிலை கவனிக்க கூறுகிறார்.

இரண்டாவது மகன் கார்த்திகேயன். அவனுக்குத்தான் தெய்வானையை பெண் கேட்டது. அவன் தந்தையின் தொழிலை செய்-

வதோடு அவனுக்கென்று தனியாக ஒரு பல்பொருள் அங்காடி நடத்தி வருகிறான். இதற்கான மூலதனம் அவன் தன் தந்தையிடமும் வெளியேயும் கடனாக பெற்று இருந்தான். வரும் லாபத்தின் மூலம் வாங்கிய பணத்தை திருப்பி கொடுத்து இருந்தான். அதுபோக நம்பிக்கையான நபர்களுக்கு வட்டிக்கு பணம் கொடுத்து வருகிறான். முன்றாவது யாழினி கல்லூரி செல்கிறாள்.

சந்திரன் குமுதா தம்பதியருக்கு மகளை அதற்குள் திருமணம் முடித்து கொடுக்க விருப்பம் இல்லை. அவள் கல்லூரி படிப்பையாவது முடிக்க வேண்டும் என விரும்பினர். ஆனால், இந்த நல்ல சம்பந்தத்தை விடவும் மனது இல்லை.

குமுதா, " என்ன முடிவு எடுத்திருக்கிறீர்கள்?" என்றார்.
சந்திரன், " எதுவாக இருந்தாலும் தெய்வாவிடம் கேட்போம் " என்றார்.

சிறிது நேரத்தில் இரவு உடையுடன் கையில் காப்பியமாக வெளியே வந்தால் தெய்வா. அவளுக்கு நல்ல நீளமான முடி அதைதூக்கி கொண்டையிட்டு இருந்தாள். நெற்றியில் சிறிய பொட்டு மட்டும் இருந்தது. எந்த ஒரு அலங்காரமும் இல்லாமல் பார்ப்பதற்கு அழகாக இருந்தாள். அவளைப் பார்த்தவுடன் அனைவருக்கும் பிடிக்கும் படியான கலையானமுகம்.

காலை நேரத்தில் தோட்டத்தை பார்த்துக்கொண்டு புத்துணர்ச்சியாக காபியை அருந்தினாள். அவர்கள் தன் மகளைப் பார்த்துக் கொண்டே இருந்தனர்.

" தெய்வா இங்கே வா" என்றார் அப்பா.

சிரித்த முகமாக வந்து அவர்கள் இருவருக்கும் நடுவில் உள்ள இடத்தில் அமர்ந்தாள்.

அவளுக்கு வந்த வரனைபற்றி கூறினர். பெற்றோர்களின் ஆர்வத்தை பார்த்தவள் உங்களுக்கு சம்மதம் என்றால் எனக்கும் சம்மதம் என கூறினாள்.

தங்கள் மகள் இதைத்தான் கூறுவாள் என முன்பே அவர்கள் அறிந்திருந்தனர். மேலும் அவள் உள்ளூரிலேயே இருந்தால் உங்களை அடிக்கடி பார்க்கலாம் என்றாள்.

பெற்றோர்கள் அவளிடம் திருமணத்திற்கு பின்னரும் மீதி இருந்த கல்லூரி படிப்பை முடிக்கலாம் என மாப்பிள்ளை வீட்டார் கூறிய தகவலை தெரிவித்தனர்.

பாலராமன் மூலம் இருவரின் ஜாதகமும் பரிமாறப்பட்டு, பொருத்தம் சரியாக வந்தது. அந்த வாரத்தில் ஒருநாள் பெண் பார்க்கும் நிகழ்ச்சி நடக்க முடிவுசெய்யப்பட்டது.

மாலை வேளையில் நெருங்கிய உறவினர்கள் மட்டும் கூடியிருக்க அந்தவீட்டில் பெண்பார்க்கும் நிகழ்ச்சி நடக்கஉள்ளது. தெய்வாதான் கொஞ்சம் பதற்றமாக உணர்ந்தாள். ஒரே ஊர் என்றாலும் அவனை இதற்குமுன் பார்த்ததில்லை. தந்தை காட்டிய புகைப்படத்தில் மட்டுமே பார்த்திருந்தாள்.

சிறிது நேரத்திலேயே அவர்கள் வீட்டினுள் சிலர் வருவதும் அவர்களை வீட்டினர் வரவேற்பதும் அறையினுள்கேட்டது. மாப்பிள்ளையாக வந்தவன் நல்ல ஆறடி உயரத்தில் அதற்கேற்ற உடற்கட்டுடனும் அலைபாயும் கேசமும் முறுக்கி விடப்பட்ட மீசையுமாக ஆலிவ்கிரீன் நிறசட்டையும் வெள்ளை வேஷ்டியும் அணிந்து நின்றவனை அங்கிருந்த அனைவருக்கும் பிடித்திருந்தது.

சிறிது நேரத்தில் தெய்வாவின் அத்தை அவளை அழைத்து வெளியேவந்தார். பொதுவாக அனைவருக்கும் வணக்கம் தெரிவித்தாள். கார்த்திகேயன் அவளை ஒருமுறை நிமிர்ந்து பார்த்ததோடு முடித்துக்கொண்டான்.

மங்கையர்கரசிக்குதான் திருமண வயதில் மகள் இருக்க மகனுக்கு திருமணம் செய்வதில் விருப்பம்இல்லை. இருந்தும் கணவர் கூறிய-

தால் ஒப்புக்கொண்டார்.

தெய்வாவை அங்கிருந்த இருக்கையில் அமரச்செய்தார். அவள் முன் அமர்ந்திருந்தவனை நேராக பார்த்தாள். அவனும் அப்போது அவளை தான் பார்த்தான். அதன்பின் அவள் யாரையும் நிமிர்ந்து பார்க்கவில்லை.

அவள் குனிந்தநிலையில் இருக்க, அவனின் நீளமான கால்விரல்களும் வேஷ்டியும் மட்டுமே தெரிந்தது. மங்கையர்க்கரசி யாழினியிடம் தெய்வாவிற்கு பூவை எடுத்து வைக்கச்சொன்னார். அதன் மூலம் அவர்களின் திருமணம் உறுதி செய்யப்பட்டது.

அவளை மீண்டும் அறையினுள் செல்லகூறினர். அவனைப் பார்க்க ஆசையாக இருந்தாலும் அனைவருக்கும் முன் அதைசெய்ய அவளுக்கு கூச்சம் தடுத்தது.

அங்கேயே அமர்ந்திருந்த இருவீட்டினரும் திருமணத்தைப் பற்றி பேசிக்கொண்டனர். இரண்டு மாதத்தில் திருமணம் என முடிவு செய்யப்பட்டது. திருமணசெலவு இரு வீட்டிற்கும் பொதுவானது என கூறினர். மாப்பிள்ளை வீட்டினர் கிளம்பும் போது அவளை வெளியே அழைத்தனர். அப்போது அவர்கள் இருவரின் பார்வையும் ஒரு நிமிடம் அவர்களின் இணையைப் பார்த்தது.

தெய்வா திருமணம் உறுதியானதில் இருந்து மகிழ்ச்சியாகவே சுற்றிக் கொண்டிருந்தாள். தன் அன்னையுடன் கடைகளுக்குச் சென்று தேவையானதை வாங்கினாள். அவளுக்கு கொடுக்க வேண்டிய நகைகள், சீர்பாத்திரங்கள் என குமுதா சிறப்பாகவே வாங்கினார்.

கார்த்திகேயன் அவளுக்குப் பிடித்தநிறத்திலேயே திருமண புடவையை எடுக்கக் மங்கையர்க்கரசியிடம் கூறியிருந்தான். அதனால் அவரும் அவளுக்குப் பிடித்த மாதிரியே வாங்கினார். தெய்வானைக்கு எடுத்த அதே விலையில் தங்கைக்கு ஒரு புடவையை எடுத்திருந்தான்.

இருவரும் இதுவரை தொலைபேசி வாயிலாக பேசிக்கொண்டது

கூடஇல்லை. திருமணநாள் நெருங்க நெருங்க இருவரும் மகிழ்ச்சி-யாகவே இருந்தனர்.

திருமணத்திற்கு முதல்நாள் மாலை நிச்சயதார்த்த விழா ஏற்பாடு ஆகியது. அதில் அவன் தேர்ந்தெடுத்த புடவையில் அவள் வந்-தாள். ஏற்கனவே அழகாக இருப்பவள் அழகுநிலைய பெண்ணின் மூலம் இன்னும் அழகாக தெரிந்தாள். பெண்ணை அழைத்துவந்து அங்கு சடங்குகள் நடைபெற்றுக் கொண்டிருக்க மோதிரம் போட அவனை அழைத்தனர்.

அவன் அவளின் புடவையின் நிறமான லைட்பிங்க் நிறத்திலேயே சட்டை அணிந்திருந்தான். இருவரும் மேடையில் அழகாக இருந்-தனர். அவன் மோதிரத்தை போடும் பொழுது அவள் கையை இறுகபற்றினான்.

தெய்வாகூட இது என்ன இப்படி கையை அழுத்துகிறார் என பார்த்தாள். வெளியே இருந்து பார்ப்பவர்களுக்கு அது சாதாரணமாக பிடித்திருப்பது போலவே தெரிந்தது. அடுத்து அவள் மோதிரம் அவனுக்கு அணியவேண்டும் என்பதால் அவள் கையை விடுவித்-தான்.

அன்று விருந்தினர் சென்ற பின்னர் மணமக்கள் இருவரையும் வைத்து புகைப்படக்கலைஞர்கள் அதிகநேரம் போட்டோ எடுத்தனர். அந்தநேரம் அங்கு யாரும் இல்லை. ஒருசிலர் மட்டுமே அமர்ந்-திருந்தனர். அவனுடன் நெருக்கமாக இருக்கும் புகைப்படங்களை எடுக்கும்போது அவள் தினரினாள். ஆனால் அப்படி எதுவும் அவனுக்கு இல்லை.

திருமண தினத்தன்று காலை அந்த நாள் தெய்வாவிற்கு அழகா-கவே விடிந்தது. அவள் பச்சை நிறத்தில் ஊதாக்கரை கொண்ட புடவையில் அழகாக தெரிந்தாள். கார்த்திகேயன் சந்தன நிற வேஷ்டி சட்டையில் அமர்ந்திருந்தான். அது அவனுக்கு இன்னும் அழகாக இருந்தது.

பெண்ணை அழைத்து அவன் அருகில் அமர வைத்தனர் .அவள்

மேடை ஏறும் பொழுது ஒருமுறை அவனை நிமிர்ந்து பார்த்தாள். அவன் அருகில் அமர வைக்கப்பட்டாள்.

ஐயர் கூறிய மந்திரங்களை இருவரும் உச்சரித்து நல்ல நேரத்தில் அவர் கொடுத்த திருமாங்கல்யத்தை தெய்வாவிற்கு அணிவித்து தன்னுடைய சரிபாதியாக ஆக்கினான். இருவரின் பெற்றோர்களும் மனம் நிறைய வாழ்த்தினார்கள்.

மற்ற சடங்குகள் எல்லாம் தொடர்ந்து நடைபெற்றுக் கொண்டு இருந்தது. அங்கிருந்து மணமகள் வீட்டிற்குச் சென்று பால் பழம் அருந்திவிட்டு சிறிது நேரத்திலேயே மணமகன் வீட்டிற்கு கிளம்பி-னர்.

மணமகளே மணமகளே வா வா என்ற பாடல் ஒலிக்க தெய்வா கார்த்திகேயனுடன் அந்த வீட்டினுள் நுழைந்தாள். பூஜை அறையில் விளக்கேற்றி கடவுளை வணங்கி அங்கும் பால்பழம் அருந்தினர். அவர்களை சிறிது நேரம் ஓய்வெடுக்க கூறிய பின் தெய்வா யாழினி அறையில் இருந்தாள்.

இரவு நேரம் நெருங்கும் போது வீட்டில் உள்ளவர்களுக்கு இரவு உணவை சமைப்பதற்கு வெளியே பந்தல் அமைத்து வேலை நடந்து கொண்டு இருந்தது கார்த்திகேயன் அங்கு சென்று மேற்பார்வை செய்து கொண்டிருந்தான்

மங்கையர்கரசி அறையில் அவர் அம்மா தங்கம்மாள், தங்கை வடி-வுக்கரசி, அண்ணி தேவி ஆகியோர் அமர்ந்து பேசிக் கொண்டி-ருந்தனர். அவர் அம்மாவிற்கு அவர்கள் வழியில் பெண் எடுத்து இருக்கலாம் என ஆதங்கம் இருந்தது. தன்மகன் வழி பேத்தியை பேரனுக்கு முடிக்க எண்ணினார்.

மூத்தவன் முத்துப்பாண்டிக்கு கந்தன் வழியில் பெண் எடுத்ததால் இளையவனுக்கு அவர்கள் வழியில் பெண் எடுக்க விருப்பப்பட்டார்.

ஆனால் அவன் தான் உறவினர்களுக்குள் திருமணம் செய்ய வேண்டாம் என மறுத்துவிட்டான். அதனால் தன் மனத்தாங்கலை

தன் மகளிடம் காட்டுவார்.

மங்கையர்க்கரசியால் மகனின் விருப்பத்தை மீறி எதுவும் செய்ய முடியவில்லை.

தங்கம்மாள், " இதே என் பேத்தியை திருமணம் செய்திருந்தால் வரவேற்பு அறையில் அமர்ந்திருக்கலாம். ஆனால், இப்போது தனியாக உன் அறையில் அமர்ந்திருக்கிறோம்." என்றார்.

வடிவுக்கரசி, " உன் மூத்த மருமகள் நாங்கள் வீட்டிற்கு வந்தபோது வா என்று கூட அழைக்கவில்லை" என குற்றம் சாட்டினார்.

மங்கையர்கரசிக்கு தன் மருமகளை பற்றி தெரியும். எதிலும் அவ்வளவாக தலையிட மாட்டாள். எப்போதும் தனது இரண்டு வயது குழந்தையுடன் தான் இருப்பாள். ஆனால், அவள் வீட்டினர் வந்தால் சிறப்பாக கவனிப்பாள்.

வடிவுக்கரசி, " நேற்று குழந்தை அழுததற்கு எங்களைப் பார்த்து கூட்டத்தைப் பார்த்து அழுகிறாள்" என்கிறாள். " நாங்கள் மூன்று பேர் கூட்டமா அவளுக்கு?" என்றார்.

தேவி, " யாழினிக்காவது நம் சொந்தத்தில் மாப்பிள்ளை பாருங்கள் அண்ணி" என்றார்.

தங்கம்மாள், " இப்போது வந்த புது மருமகள் என்ன செய்ய காத்திருக்கிறாளோ, இவளையாவது வீட்டு வேலை செய்யச் சொல்லிப் பழகு" என்றார்.

வடிவுக்கரசி, " உனக்கு என்ன வயது திரும்புகிறதா? அனைத்து வேலையையும் நீயே செய்கிறாய், மகளையும் எந்த வேலையையும் செய்ய பழக்கவில்லை, நீ மட்டுமே வீட்டு வேலைகளை செய்கிறாய், உன் உடல் நிலையையும் கவனி" என்றார்.

தேவி, " எங்க இப்ப வந்த புது மருமகளும் கல்யாணம் முடித்துவிட்டு காலேஜ் போவாங்களாம், அவள் எப்படி வீட்டு வேலை

செய்வாள். அவளுக்கே நீங்கள்தான் செய்ய வேண்டும். என்றார்.

இதைக் கேட்ட தங்கம்மாள், " இது என்ன புது கதையாக இருக்கிறது, இது சரி வருமா" என கேள்வி கேட்டார்.

இதைக்கேட்ட மங்கையர்க்கரசி

" மகன் தான் இந்த முடிவை எடுத்தான்" எனக் கூறினார்.

தேவி, " எங்கள் உறவினர் ஒருவரின் மகள் இப்படித்தான் வேலைக்குச் செல்ல வேண்டும் என இரண்டு வருடம் குழந்தை பிறப்பை தள்ளிப் போட்டாள், ஆனால் இப்போது ஏழு வருடங்கள் ஆகிறது இன்னும் குழந்தை பிறக்கவில்லை" என்றார்.

இதைக் கேட்கும்போது மங்கையர்கரசிக்கு சற்று பயமாகத்தான் இருந்தது. மூத்த மகன் குடும்பம் சென்னையில் வசிக்கிறது. அவனின் குழந்தையை இங்கேயே இல்லாமல் தான் வளர்த்தனர்.

அவரால் அந்தக் குழந்தையை அருகில் வைத்துக்கூட கொஞ்ச முடியாமல் இருந்தது. தன் இளைய மகனுக்காவது பிறக்கும் குழந்தையை இந்த வீட்டில் வளர்க்க வேண்டும் என எண்ணினார்.

ஆனால், தெய்வா படிக்க வேண்டும் எனக் கூறி குழந்தை பிறப்பை தள்ளிப் போட்டால் என்ன செய்வது என நினைத்தார்.

இப்போது பெரும்பாலானோருக்கு குழந்தை பிறப்பு அவ்வளவு எளிதாக இருக்கவில்லை என எண்ணினார். அதனால் இதைப் பற்றி அவளிடம் பேச வேண்டும் என முடிவெடுத்தார்.

இரவு உணவை முடித்துவிட்டு உள்ளூரில் இருந்த உறவினர்கள் அவர்கள் வீட்டிற்கு சென்றுவிட சிலர் மட்டுமே அங்கேயே இருந்தனர். கூடவே தெய்வாவின் அத்தையும் இருந்தார். இரவு உணவு முடித்த பின் யாழினி அவள் அறையிலேயே இருக்குமாறு செய்தார். தெய்வா மாடியில் உள்ள வேறொரு அறையில் இருந்தாள்.

இரவு ஒன்பது மணிக்கு மேல் அவளை கார்த்திகேயன் அறைக்கு அனுப்பினர். அங்கு மெத்தையில் இருந்த பூக்களின் அலங்காரம் இன்று என்ன நாள் எனக் கூறியது. அமர்ந்தால் பூ கசங்கி விடுமோ என எண்ணி அருகில் உள்ள நாற்காலியில் அமர்ந்தாள்.

சற்று நேரத்திலேயே கார்த்திகேயன் அந்த அறைக்குள் நுழைந்ததை பார்த்து தன்னிச்சையாக எழுந்து நின்றாள். அவள் அரக்கு நிறபு-டவை உடுத்தி மெல்லிய நகைகள் அணிந்து மிதமான ஒப்பனையில் இருந்தாள். அவள் நீளமான முடி முழுவதும் பூக்களால் வழிந்தது. தலையை குனிந்து படபடப்புடன் நின்றவளை பார்க்கும் பொழுது இவள் எனக்கானவள் என்ற நினைப்பே அவனுக்கு இனித்தது.

அவள் அருகில் சென்றவன் அங்கிருந்த மேஜையில் தனது செல்-போனை வைத்தான். சட்டை பட்டன்களை இலகுவாக கழட்டியவன் கையில் துண்டுடன் " இதோ வந்து விடுகிறேன்" எனக்கு கூறி குளியல் அறைக்குள் நுழைந்தான். குளித்து முடித்து இடையில் ஒரு துண்டை மட்டும் அணிந்து வெளியே வந்தவனை பார்த்தவள் பார்வையை வேறுபுறம் திருப்பிக் கொண்டாள். அவளைப் பார்த்துக் கொண்டே வேஷ்டிக்கு மாறினான்.

மெத்தையில் அமர்ந்து அவளைத்தான் பார்த்தான். அங்கு அவள் தன் கை விரல்கள் மேல் பார்வையை பதித்திருந்தாள். " இரவு முழுவதும் அங்கேயே அமர்ந்திருக்கப் போகிறயா? இங்கே வா" என மெத்தையை காட்டி அழைத்தான்.

திடீரென கேட்ட சத்தத்தில் நிமிர்ந்து பார்த்ததாள். எழுந்து சென்று அங்கிருந்த பாலை எடுத்து கணவனிடம் தந்தாள். அவன் குடித்து மீதியை அவள் குடித்து கட்டிலில் ஒரு ஓரத்தில் அமர்ந்தாள்.

" தள்ளி வா" என்றதற்கு அவன் அருகில் அமர்ந்தாள்.

"படிக்கிறது உனக்கு பிடிக்குமா?" என்றான்.

"பிடிக்கும்" என்றாள்.

" இன்னும் கல்லூரி முடிய மூன்று மாதம் உள்ளதா?"

" ஆமாம்"

" நீ நன்றாக படிப்பாயா?"

" நன்றாக படிப்பேன். எக்ஸாமிலும் நல்ல மார்க் வாங்கி இருக்கி-றேன்"

" இது முடித்துவிட்டு மேலே ஏதும் படிக்கிறாயா?".

" இல்லை போதும்" என்றாள்.

மெலிதாக சிரித்தவன் நடுங்கும் அவள் கரத்தை எடுத்து தன் கைக-ளுக்குள் வைத்திருந்தான். அவள் விரல்களை மெதுவாக நீவி விட்-டான். அதில் முதல் நாள் நிச்சயத்தின் போது அவன் அணிவித்த மோதிரத்தை பார்த்து குனிந்து முத்தமிட்டான்.

உடனே, அவள் கையை பின்னால் இழுத்துக் கொண்டாள். அதைப் பார்த்தவன் சத்தமிட்டு சிரித்தான்.

" ஷ்" " மெதுவாக" என்றாள்.

" என்ன மெதுவாக"

" சத்தம் வெளியே கேட்கும் "

" கேட்டால் என்ன?"

" என்ன நினைப்பார்கள் ?"

" என்ன நினைப்பார்கள்?" என திரும்ப கேட்டான்.

" ஒன்றுமில்லை" என்றாள்.

" என்ன ஒன்றும் இல்லை"

அவன் தன்னை கேலி செய்வதை உணர்ந்து தலையை வேறு பக்கம் திருப்பிக் கொண்டாள். மீண்டும் " பதில் சொல்" என்றான். அவள் பதில் சொல்லாமல் இருப்பதை பார்த்து அவள் இடையில் கை கொடுத்து ஒரே இழுவையில் இழுத்து தன்னுடன் அணைத்துக் கொண்டான்.

திடீரென நடந்த நிகழ்வில் அதிர்ச்சியுடன் அவனைப் பார்த்தாள். அவனின் பார்வையை சந்திக்க முடியாமல் கீழே தாழ்த்தினாள். அது மேலாடை எதுவும் அணியாத அவனின் மார்பின் மீது பட்டது. அவனிடமிருந்து விடுபட முயன்றவளை இறுக அணைத்தான்.

அப்போது அவனின் மார்பக ரோமங்கள் அவளின் முகத்தில் பட்டு குறுகுறுப்பை ஏற்படுத்தியது. கூச்சத்தில் கண்மூடி இருந்த அவளின் முகத்தை நிமிர்த்தி இதழில் முத்தம் கொடுத்தான். அவனின் கைகள் அவளின் உடலை உணர்ந்தது.

நீண்ட நேர முத்தத்திற்குப் பிறகு அவளை விட்டவன் " உனக்கு ஒன்றும் பிரச்சனை இல்லையே?" என்றான்.

அவள் புரியாமல் " எதற்கு" என்றாள்.

" இதற்கு" என அவர்களின் நெருக்கத்தை சுட்டிக்காட்டினான். உடனே, அவள் வெட்கப்பட்டு அவன் மார்பில் முகம் பதித்தாள். அவன் சிரிப்புடனே விளக்கை அணைத்தான்.

அவள் அணிந்திருந்த ஆடை எங்கே சென்றது, நகை எங்கே சென்றது என அவளுக்கு தெரியவில்லை. சிறிது நேரத்திலேயே அவளை தன் வசம் கொண்டு கொண்டு வந்திருந்தான்.

சில இடங்களில் பயந்த அவளிடம்

அவன் மெதுவாக எதையோ கூறி சமன் செய்தான். இருவரும் ஒரு புதுவித உணர்வில் இருந்தனர். அவளை ஆட்சி செய்தவன்

கலைப்பில் துவண்டவளை அனைத்து தூங்கச் செய்தான். இருவரும் இறுகிய அணைப்பிலேயே உறங்கினர்.

காலையில் உறக்கம் கலைந்து எழுந்த போது அவனின் இறுகிய அனைப்பில் இருந்தாள். முதல் நாள் அவள் அத்தை அவளை காலையில் சீக்கிரம் எழ வேண்டும் என கூறியது நினைவில் வந்து எழ முயன்றாள்.

அவளிடம் அசைவை உணர்ந்தவன் அவளை இழுத்து கழுத்துக்கு அடியில் முகம் புதைத்தான். அவனிடம் குளிக்க வேண்டும் என கூறியவளை சிறிது நேரம் கழித்து அனுப்பினான்.

வேகமாக குளித்து கீழே வந்தவள் பூஜை அறையில் விளக்கேற்றி சாமி கும்பிட்டு விட்டு வெளியே வந்தாள். மங்கையர்கரசி அவள் முகத்தை கவனித்தார்.

அவள் அத்தை அங்கே அமர்ந்திருப்பதை பார்த்து அங்கே சென்று அமர்ந்து உறவினர்களுடன் பேசிக் கொண்டிருந்தாள். சிறிது நேரத்தில் கீழே வந்த கார்த்திகேயன் நேராக அவன் அம்மாவிடம் சென்று காபி வாங்கி குடித்தான்.

அவள் ஒருத்தி அங்கே இருக்கிறாள் என்று அவன் பார்க்க கூட இல்லை. மாலை தான் இருவரும் மறு வீடு செல்வது என இருந்தது.

நாளை பெண் வீட்டில் விருந்து. அதற்கு சந்திரன் அனைவரையும் அழைத்திருந்தார். மணமக்கள் மறு வீடு சென்றனர். அங்கு தெய்வாவின் உறவினர்கள் இருந்தனர். கார்த்திகேயனின் குடும்பத்தினர் நாளை வருவதாக இருந்தது.

இரவு மாப்பிள்ளை விருந்து அமோகமாக ஏற்பாடாக இருந்தது. குமுதா அவரே அவனுக்கு பார்த்து பார்த்து பரிமாறினார். அவன் மணிமொழியுடன் நன்றாக பேசினான். அவள் அப்பா ஏதோ கடைக்குச் செல்ல கிளம்புவதை பார்த்து அவரை தானே அழைத்துச் சென்றான்.

ஒரே நாளில் அந்த வீட்டினருடன் அவன் சகசமாக இருந்தான். இதை பார்த்த தெய்வாவிற்கு மகிழ்ச்சியாக இருந்தது. இரவு அதே மகிழ்ச்சியுடன் தன் அறைக்குள் சென்றவளை அவனின் இறுகிய அணைப்பினுள் கொண்டு வந்திருந்தான். அவளைப் பேசக்கூட விடாமல் செய்தான்.

மறுநாள் விருந்து சந்திரன் அமர்க்களப்படுத்தியிருந்தார். இருபக்க நெருங்கிய உறவினர்களுக்கு மட்டுமே அழைப்பு. வந்திருந்தவர்களில் அனேகமானவர்கள் உணவை முடித்து கிளம்பியிருந்தனர்.

வீட்டினர் உள்ளே அமர்ந்து பேசிக் கொண்டிருந்தபோது வெளியே ஏதோ சலசலப்பு கேட்டது. சாப்பிடும் இடத்தில் ஏதோ பிரச்சனை என தெரிந்தது. கார்த்திகேயன் என்னவென்று பார்க்க அந்த இடத்திற்கு சென்றான். இரு வீட்டினர்களும் அங்கே இருந்தனர்.

மங்கையர்க்கரசியின் தம்பி நாதனுக்கும், சந்திரனின் தம்பி செல்வத்திற்கும் ஏதோ வாக்குவாதம் நடந்தது. அவர்களைச் சுற்றி சிலர் நின்று கொண்டு பிரச்சனையை தீர்க்க முயன்றனர்.

விசாரித்ததில், நாதன் குடித்துவிட்டு உணவு பரிமாறும் நபரிடம் மரியாதை இல்லாமல் பேசி பிரச்சனை செய்ததாகவும் அதைக் கேட்ட செல்வத்திடமும் பிரச்சனை செய்ததாகவும் கூறப்பட்டது.

நாதன் பிரச்சனையை வளர்ப்பது போல் பேசிக்கொண்டு இருந்ததால் மேலும் வாக்குவாதம் தான் ஏற்படும் என எண்ணிய கார்த்திகேயன் அவரிடம் " நீங்கள் வீட்டிற்கு கிளம்புங்கள் மாமா, நான் பிறகு வந்து பேசிக் கொள்கிறேன்" என கூறி அனுப்ப முயன்றான். ஆனால் அவர் அதைக் கேட்கவில்லை.

அங்கே இருந்த நாதனின் மனைவி தேவியிடம் கூறி, அவரை அனுப்பி வைத்தான். கூடவே நாதனின் அம்மா தங்கமாவும் கிளம்பினார்.

கார்த்திகேயன் அங்கிருந்த செல்வத்திடம் மன்னிப்பு கேட்டான்.

உடனே அவர் பதறி " மன்னிப்பு எல்லாம் எதற்கு மாப்பிள்ளை? அவர் அப்படி நடந்து கொண்டதற்கு நீங்கள் என்ன செய்வீர்கள் இந்தப் பேச்சை விடுங்கள்" என பெருந்தன்மையாகவே பேசினார்.

இதையெல்லாம் பார்த்துக் கொண்டிருந்த மங்கையர்க்கரசி, வடிவுக்கரசி இருவரின் முகமும் சரியில்லை. மங்கையர்க்கரசியின் முகம் அவமானத்தில் கருத்தது என்றால், வடிவுக்கரசியின் முகம் கோபத்தில் ஜொலித்தது.

அன்றே மணமக்கள் அவர்கள் வீட்டிற்கு திரும்பினர். கந்தன் தன் இரு மகன்களுடனும் அமர்ந்து திருமண செலவுகளை பார்த்துக் கொண்டிருந்தார். யாழினி அறையில் தெய்வா அவளுடன் இருந்தாள். நர்மதா குழந்தையுடன் அவள் அறையிலேயே இருந்து கொண்டாள்.

மங்கையர்க்கரசி அறையில் சகோதரிகள் இருவரும் இருந்தனர். வடிவுக்கரசி தெய்வா வீட்டில் இன்று நடந்ததைப் பற்றி கோபமாக பேசினார். " செல்வம் அமைதியாக சென்று இருந்தால் என்ன? அவர்தான் தேவையில்லாமல் பிரச்சனையை பெரிதுபடுத்திவிட்டார்" என பேசினாள். கார்திகேயனாவது தன் மாமன் தானே என்று நமக்கு ஆதரவாக ஏதாவது பேசி இருக்கலாம்." என்றார்.

மேலும் " அம்மா ஒரு வாரம் இங்கே தங்கலாம் என வந்தார், அதற்குள் உன் மருமகள் வீட்டார் அம்மாவை ஊருக்கு அனுப்பிவிட்டனர்" என்றார்.

ஆனால் உண்மையில், கார்த்திகேயன் தலையிட்டு மாமனிடம் சமாதானம் செய்து அவரையும் அவர் மனைவியையும் மட்டும் தான் அனுப்பி வைத்தான். ஆனால் தங்கம்மாள் தான் அங்கு நடந்ததில் அவமானமாக உணர்ந்து மகனுடன் கிளம்பினார். இது அனைவருக்கும் தெரியும்.

தெய்வா குடும்பத்தினர் வேண்டுமென்றே தங்களை அவமானப்படுத்தினர் என்பது போல இருந்தது வடிவுக்கரசியின் பேச்சு.

ஏற்கனவே இன்று நடந்த பிரச்சனைக்கு தன் கணவர் என்ன சொல்வார் என பயந்திருந்த மங்கையர்க்கரசிக்கு சகோதரியின் பேச்சு அவர்கள் சற்று அமைதியாக சென்று இருக்கலாம் எனத் தோன்றியது.

சமையல் செய்பவர் உடன்தானே பிரச்சனை அதை அவர்களே சரி செய்து இருப்பார்களே என நினைத்தார். தன்மகன் அவன் மனைவி வீட்டிற்கு ஆதரவாக இருந்தது போல தோன்றுகிறது.

வடிவுக்கரசி, "நாளை உனக்கும் உன் மருமகளுக்கும் ஏதாவது ஒரு பிரச்சனை என்றால் கூட உன் மகன் அவன் மனைவிக்கு தான் ஆதரவாக இருப்பான் " என கூறினார்.

இதையெல்லாம் கேட்ட மங்கையர்கரசிக்கு தெய்வாவின் மீது காரணம் இல்லாமலே ஒரு வெறுப்பு உருவாகியது. தன் மூத்த மருமகள் தான் தன் பேச்சைக் கேட்பதே இல்லை என நினைத்தவர் இவளையாவது நாம் சொல்வதைக் கேட்க வைக்க வேண்டும் என நினைத்தார்.

மறுநாள் காலை தெய்வா குளித்து கீழே வர மணி ஏழு ஆகியது. அந்த வேலையில் மங்கையர்கரசி சமையலறையில் நின்று ஏதோ வேலை செய்து கொண்டிருந்தார். அங்கே சென்றவள் தனக்கு காபி கலக்கலாம் என எண்ணினாள்.

அப்போது அங்கிருந்தவரிடம், " அத்தை உங்களுக்கு காபி போடவா?" என்றாள்.

உடனே அவர், " மணி என்ன? இவ்வளவு நேரம் காலையிலிருந்து எதுவும் குடிக்காமல் இருக்க முடியுமா? நான் சீக்கிரமாகவே குடித்து விட்டேன்" என சிடுசிடுவென பேசினார்.

அதைக் கேட்டவள் , " சாரி அத்தை , இனிமேல் சீக்கிரம் எழுந்து வந்து போட்டு தருகிறேன்" என்றாள்.

அதற்கு அவர், " நீ காபியை குடித்துவிட்டு காலை உணவை தயார் செய் "எனக் கூறி வீட்டின் பின்புறம் சென்றார். அவள் காபியை குடித்துவிட்டு காலை சமையலை செய்ய ஆரம்பித்தாள்.

அவள் அடுப்பில் நின்று எதையோ கிளறிக் கொண்டிருக்கும் பொழுது " அம்மா காபி" என கூறிக்கொண்டு கார்த்திகேயன் சமையலறையிலுள் நுழைந்தான். அவனைத் திரும்பிப் பார்த்தவள், " அத்தை வீட்டில் பின்பக்கம் இருக்கிறார்" என கூறி தன் வேலையில் கவனமானாள்.

அங்கு யாரும் இல்லை என்பதை உறுதி செய்து கொண்டு ,"ஏன்? நீ போட்டு தர மாட்டியா?" என கேட்டான்.

அவள் என்னவென திரும்பி பார்த்த பொழுது அவளின் அருகில் மிக நெருக்கமாய் நின்றிருந்தான். சில நொடிகள் தடுமாறியவள் தன்னை சரி செய்து கொண்டு, " அது நீங்க அத்தையிடம் தான் கேட்டீங்க, அதான் அப்படி கூறினேன் சரி நானே போட்டுத் தரு-கிறேன் " என பால் பாத்திரத்தை அடுப்பில் வைத்தாள்.

காலையிலேயே தலைக்கு குளித்து இருந்ததால் ஈரமான முடியை இரு பக்கமும் எடுத்து ஒரு கேட்ச் கிளிப்பில் அடக்கி இருந்தாள். அவளை அவ்வாறு பார்க்க அழகாக தெரிந்தாள்.

அவளின் கூந்தலை கையால் வருடியவன், " உனக்கு நல்ல நீள-மான முடி, தொட்டுப் பார்க்கவே மென்மையாக இருக்கிறது" என்-றான்.

அவர்கள் அறையை விட்டு வெளியே வந்தால் எதுவும் பேசாதவன் இன்றுதான் தன்னிடம் பேசுகிறான் என எண்ணி " உங்களுக்கு இப்பொழுது தான் என் முடி தெரிகிறதா? " என்றாள்.

"ஏன்? , நான் ஏற்கனவே பார்த்திருக்கிறேன்" என்றவன் அவளை சீண்டும் பொருட்டு " ஆனால், அது போலி என நினைத்தேன் " என்றான்.

அவனை திரும்பிப் பார்த்து முறைத்தாள்.

அதைப் பார்த்தவன் " என்னடி முறைக்கவெல்லாம் செய்கிறாய். நான் உண்மையில் அப்படித்தான் நினைத்தேன். திருமணமான அன்று இரவு தான் அது உண்மையான முடி என தெரிந்தது " என்றான்.

" அப்போது மட்டும் எப்படி தெரிந்தது" என்றாள்.

உடனே அவன், " இன்று இரவு எப்படி என்று சொல்கிறேன் வா" என்றான்

முதலில் அவன் கூறியது புரியாமல் அவனது முகத்தைப் பார்த்தவள் அவன் சிரிப்பை அடக்குவது தெரிய என்னவென்று யோசித்தவள் அதன் அர்த்தம் புரிய முகத்தை வேறு பக்கம் திருப்பிக் கொண்டவள் " நானே காபி போட்டு கொண்டு வருகிறேன், வெளியே இருங்கள் " எனக் கூறினாள்.

அவன் போகாமல் அங்கேயே நிற்க அப்போது அறையில் இருந்து வெளியே வரும் தந்தையை பார்த்து அங்கு சென்றான். இருவரும் கூடத்தில் அமர்ந்து தொழில் விஷயமாக பேசிக் கொண்டிருக்க அவர்களுக்கான காபியை தந்தாள்.

சமையலறையில் காலை உணவாக இட்லி , சாம்பார், சட்னி, கேசரி செய்து முடித்தாள். அப்போதுதான் மங்கையர்கரசி வீட்டினுள் நுழைந்தார்.

அப்போதுதான் தெய்வா ஒன்றை உணர்ந்தாள். மணி ஒன்பது ஆகப் போகிறது இன்னும் இந்த வீட்டில் மூத்தமருமகள் எழுந்து வரவில்லை. கூடவே யாழினியும் தான்.

சமைத்ததை மேஜையில் வைக்கும் பொழுது முத்துப்பாண்டி வந்தனாவுடன் வெளியே வந்தான். அவர்களைப் பார்த்த மங்கையர்கரசி மகனுக்கும், பேத்திக்குமான பானத்தைக் அவரே கலந்து எடுத்து வந்து கொடுத்தார். நர்மதா, யாழினி அடுத்தடுத்து எழுந்து வர

மங்கையர்க்கரசி அவர்களுக்கான பானத்தை கலந்து கொடுத்தார்.

இதற்கிடையில் கந்தனும், கார்த்திகேயனும் காலை உணவை முடித்து தங்கள் தொழிலை பார்க்க கிளம்பி இருந்தனர்.

தெய்வா விடுமுறை முடிந்து இன்று தான் கல்லூரிக்கு செல்ல வேண்டி இருந்தது. இடையில் ஒரு நாள் தன் அம்மா வீட்டிற்கு சென்று வந்தாள். தெய்வா மதியம் எடுத்துச் செல்லும் உணவை அவளையே சமைக்க சொல்லிவிட்டார். கூடவே யாழினிக்கும். அவள் வேறொரு கல்லூரியில் படிக்கிறாள்.

கணவன் தினமும் நான் வந்து கல்லூரியில் விடவா என்று கேட்டதற்கு " நான் பேருந்திலேயே செல்கிறேன்" என்றிருந்தாள்.

காலையில் எழுந்து அனைவருக்கும் காலை உணவை சமைத்து, அவர்களுக்கு மட்டுமான மதிய உணவை சமைத்து வீட்டு வேலைகளை முடித்து அவசர அவசரமாக கல்லூரிக்கு கிளம்புவாள். மாலைக் கல்லூரி முடிந்து

வீட்டிற்கு வந்தால் வீட்டு வேலைகளை முடித்து படிக்க அமருவாள். பின்னர் இரவு உணவை சமைப்பது, இரவில் அவளுக்கும், அவனுக்குமான தனிமை என நாட்கள் ஓடியது.

அந்த மாதத்தில் அவளுக்கு மாதவிடாய் வந்தது. அதை அறிந்த மங்கையர்கரசி, அவள் குழந்தை பெறுவதை தள்ளிப் போடுகிறாளோ? " என எண்ணினார். தன் வீட்டினர் கூறியது போலவே நடக்கிறது என அவள் மீது கோபம் கொண்டார்.

அவர் நேரடியாக தெய்வாவிடமே, " குழந்தை பிறப்பதை தள்ளிப் போடுகிறாயா" என கேள்வி கேட்டார்.

அவளுக்கு என்ன பதில் சொல்வது என தெரியவில்லை. கார்த்திகேயன் தான் அவள் கல்லூரி செல்வதை கருத்தில் கொண்டு குழந்தை பிறப்பதை தள்ளிப் போட்டிருந்தான். அதை அவரிடம்

சொல்ல அவளுக்கு விருப்பமில்லை. அதனால் அவரிடம்" அப்படி எதுவும் இல்லை அத்தை" என கூறினாள்.

இரவின் தனிமையில் கணவனிடம் இதை தெரிவித்தாள். இனி குழந்தை பிறப்பதை தள்ளிப் போட வேண்டாம் என கூறினாள்.

அதைக் கேட்டு அவனுக்கு கோபம் வந்தது , " வயிற்றில் குழந்தையுடன் காலேஜ் எப்படி போவாய்?, உன் நல்லத்திற்கு தானே கூறினேன், இந்த முடிவை நீயும் நானும் தான் எடுக்க வேண்டும், உன் பெற்றோரும், என் பெற்றோரும் இல்லை " என கத்தினான்.

கோபத்தில் சத்தமாக பேசியதற்கு, தன்னை அஞ்சிய படி பார்த்தவளை கண்டு கோபத்தை குறைத்தான். அவளை சமாதானம் செய்யும் எண்ணம் இல்லாமல் "நீ தூங்கு" என கூறினான்.

யோசித்துப் பார்க்கையில் தெய்வாவிற்கு அவன் கூறியது சரி எனப்பட்டது. மேலும், இதே எண்ணம் தான் அவளுக்கும் இருந்தது . அவர்களின் தனிப்பட்ட விஷயங்களில் அவர்கள் மட்டும்தான் முடிவு எடுக்க வேண்டும். அவள் யோசித்தது அவனின் அம்மாவிற்காக மட்டும்தான்.

இந்த வீட்டிற்கு மருமகளாக வந்த பொழுதிலிருந்து மங்கையர்கரசி அவளிடம் கறாராகத்தான் நடந்து கொள்கிறார். சந்திரனின் அம்மா தனது அம்மாவை இப்படித்தான் எப்பொழுதும் ஏதாவது சொல்லிக் கொண்டிருப்பார். அதைப் பார்த்து வளர்ந்தவளுக்கு மாமியார் என்றால் இப்படித்தான் இருப்பார்களோ என நினைத்தாள்.

பெண்ணை திருமணம் செய்து கணவன் வீட்டிற்கு அனுப்பும் பொழுது அங்கு உள்ளவர்கள் எப்படி இருப்பார்களோ என தெரியாது. அதனால் குமுதா தன் இரு பெண்களுக்கும் எந்த சூழ்நிலையிலும் குடும்பத்தை எப்படி நடத்த வேண்டும் என கற்றுக் கொடுத்திருந்தார். வீட்டு வேலைகளை செய்வது, சமையல் செய்வது, விருந்தினர்களை உபசரிப்பது என மகள்களையே முன்னிறுத்துவார்.

அன்னை அனுசரித்துப் போக வேண்டும் என சொல்லி வளர்த்தாலும், அவள் தந்தை " பெண்கள் சுயமாக செயல்பட வேண்டும்" என்ற கருத்தை உடையவர். தன் துணிக்கடையை தன் இரு பெண்களும் தான் நடத்த வேண்டும் என கூறியே வளர்த்தார்.

அதனால் ,தெய்வாவின் குணத்திற்கு மங்கையர்க்கரசியை எதுவும் கூறாமல் இருந்தாள். அடுத்த மாதமும் இதே கதை தான் நடக்கும். அப்போதும் பிரச்சனை செய்வார். அப்போது பதில் கூறிக் கொள்ளலாம் என இருந்தாள்.

அவள் யோசனை உடனேயே படுத்திருப்பதை பார்த்தவன் அவளிடம், " கல்லூரி முடிய இன்னும் இரண்டு மாதம்தான் இருக்கிறது, அடுத்த மாதமும் நம் நிலைமை இதே தான் . அதை மாற்ற முடியாது, அதற்கு அடுத்த மாதம் என்றால் குழந்தையை பற்றி யோசிக்கலாம், அதுவும் உனக்காகத்தான்" என்று இருந்தான்.. இதை அனைத்தும் அவன் ஒருவித கடினமான குரலிலேயே கூறியிருந்தான்.

இதுவரை இப்படி ஒரு கடினமான குரலில் அவன் பேசி கேட்டதில்லை. அவள் மனதிற்குள், " எப்படி பேசுகிறார் பார், அப்படியே அவர் அம்மாவைப் போல கரார் பேர்வழி தான்" , " அந்த நேரத்தில் " மட்டும் குழைந்து குழைந்து பேசத் தெரியும், இப்போது பேசுவதைப் பார், சரியான முசுடு " என எண்ணினாள்.

அவள் எதிரில் முகம் பார்த்துக் கொண்டிருந்தவன் என்ன யோசனை எனக் கேட்டான்.

அவள் உடனே " ஒன்றுமில்லையே" என கூறினாள். அவளின் எதிரே இருப்பது அவள் கணவன் ஆயிற்றே. அவள் முகம் மாற்றத்தை வைத்து அவள் என்ன நினைத்தால் என கண்டறிந்தான்.

அவள் ஒன்றும் இல்லை எனக் கூறியதற்கு " பொய்" என்றான்.

அவள் பிடிப்பட்ட உணர்வில் அப்பாவியாக முகத்தை வைத்துக்கொண்டு அவனைப் பார்த்தாள்.

அவளை நெருங்கி, " உண்மையை சொல்" என்றான்.

" எதுவும் யோசிக்கவில்லை" என்றாள்.

" நான் ரொம்ப பேசுகிறேன் என ஏதோ திட்டிக் கொண்டிருந்தாய் தானே" என்றான்.

அவள், " அச்சோ அப்படி இல்லை" எனக்கு கூறி அவனுக்கு முதுகு காட்டி படுத்துக்கொண்டு போர்வையை தலைவரை இழுத்து மூடினாள்.

அவன் அவளை விடாமல் போர்வைக்குள் நுழைந்தான். இரவு உடையில் கைப்பகுதியில் துணியை விலக்கி " நறுக்" என கடித்து வைத்தான். அவளால் கத்தக்கூட முடியவில்லை. அவன் தான் அவளின் வாயை ஏற்கனவே தன் கையால் மூடி இருந்தானே. அடுத்து இருவருக்கும் சில நொடிகள் சின்ன சண்டை நடந்தது. சமாதானத்திற்கு பின் அவளை கை வளைவில் வைத்து தூங்க விட்டான்.

சந்திரன் எந்த ஒரு முடிவை எடுக்க வேண்டும் என்றால் மனைவி,மகள்களை கலந்து தான் எடுப்பார். ஆனால் கணவன் வீட்டில் அப்படி இல்லை.

கந்தன் ,கார்த்திகேயன் இருவர் மட்டுமே அமர்ந்து தொழிலை பற்றி பேசிக் கொண்டிருப்பார். இதில் மங்கையர்க்கரசி யாழினி கூட கலந்து கொள்ள மாட்டார்கள்.

ஒவ்வொரு குடும்பமும் ஒவ்வொரு மாதிரி .அனைத்தும் ஒன்று போல இருக்காது என எண்ணி கொள்வாள். தெய்வா அந்த குடும்பத்திற்கு பொருந்திப் போக பழகினாள்.

தற்போது அவர்கள் கல்லூரியில் படிக்கும் திருமணமான பெண்

ஐந்து மாத கர்ப்பமாக இருக்கிறாள். அவளுக்கு இப்போது உடல் எடை கூடி வயிறு தெரிய ஆரம்பித்திருக்கிறது. பல மாணவிகள் அவளுக்கு வாழ்த்து கூறி கடந்து சென்றார்கள் என்றால் சிலர் அவளுக்குத் தெரிந்தும் தெரியாமலும் கேலி செய்வதை கேட்டிருக்கிறாள். படித்த நாகரிகமான பெண்களை இப்படி நடந்து கொள்வது அவளுக்கு வேதனை தரும்.

இதற்காகத்தான் குழந்தை பிறப்பதை கணவன் தள்ளிப் போட்டான். கணவனை நினைக்கும் போது அவள் முகத்தில் தானாக புன்னகை வந்துவிடும். அவள் தனியாக அமர்ந்து சிரிப்பதை பார்த்து அவள் தோழி விசித்திரமாக பார்த்து வைத்தாள்.

கார்த்திகேயன் தொழில் விஷயமாக இரண்டு நாள் வெளியூருக்கு சென்றிருந்தான். அந்த நேரம் கணவன் இல்லாமல் அவள் ஏதோ மாதிரி இருந்தாள். அவளை எப்போதும் ஏதாவது சொல்லிக் கொண்டிருக்கும் மங்கையர்கரசி கூட அவளை ஒன்றும் கூறவில்லை.

கார்த்திகேயன் இல்லாததால் தனிமையில் உறங்க வேண்டாம் என தெய்வாவை யாழினி அறையில் இரவில் உறங்க கூறினார் மங்கையர்கரசி. அதைக் கேட்டு இருவரும் அதிர்ச்சியானார்கள்.

தெய்வா தான் அவர் கூறியதற்கு" நான் என் அறையில் தங்கிக் கொள்கிறேன் அத்தை" என்றிருந்தாள்.யாழினி அவளின் முகமாற்றத்தை யாருக்கும் தெரியாமல் மறைத்தாள்.

கார்த்திகேயன் இரவில் வீடியோ கால் அழைப்பில் வருவான். அப்படி வரும் பொழுது தனிமையில் இருக்க வேண்டும் எனக் கூறினான். அதனால் யாழினி யுடன் இருந்தால் அவன் சாதாரண அழைப்பிலேயே வருவான். அதை நினைத்து அவள் தன் அறையிலேயே இருக்கலாம் என எண்ணினாள்.

ஆனால், யாழினி எதற்காக பதற்றமானால் எனத் தெரியவில்லை. அதையும் அவர்கள் வீட்டினரிடம் கவனிக்க இல்லை .

கடைசி பிறந்த பெண் என பெற்றோருக்கு அவள் அதிக செல்லம். வீட்டின் ஆண்கள் தொழில் என சுற்றிக் கொண்டிருக்க, இவள் என்ன செய்கிறாள் என யாருக்கும் தெரியாமல் போனது.

சென்னையில் இருந்த வாடகை வீட்டை காலி செய்து விட்டு முத்துப்பாண்டி குடும்பம் சொந்த ஊருக்கே வந்து விட்டது. மூத்தவன் அங்கு வந்து விட்டதில் அவர்கள் அனைவருக்கும் மகிழ்ச்சியே.

கார்த்திகேயன் தன் அண்ணனிடம், " நீ அப்பாவின் தொழிலை செய்தாலும் சரி, புதிதாக தொழில் தொடங்கினாலும் சரி என்று இருந்தான். கூடவே, புதிய தொழிலிற்கு முதல் அவனே போடுகிறேன் என்றே கூறினான்.

இதை அறிந்த நர்மதாவிற்கு சந்தோசம். கார்த்திகேயனின் பொருளாதார நிலை சில ஆண்டுகளில் உயர்ந்ததை அவள் அறிவாள். அதனால் அவளுக்கு தற்போது கார்த்திகேயன்- தெய்வா மீது பொறாமை வளர்ந்து வருகிறது.

தொழில் தொடங்க முதலீடு செய்கிறேன் என கார்த்திகேயன் கூறியதால், நர்மதா கணவனிடம் கூறி பணத்தை வாங்கி புதிதாக ஏதாவது ஒரு தொழிலை தனியாக செய்ய வலியுறுத்துகிறாள்.

ஆனால், முத்துப்பாண்டி தான் தந்தையின் பல சரக்கு கடையிலேயே பார்த்துக் கொள்கிறேன் என்றான்.

அவன் அவ்வாறு கூறியதற்கு, " அனைவருக்கும் பொதுவான பல சரக்கு கடையில் இருந்து கொண்டு எப்படி தனியாக சொத்து, நகைகள் வாங்க முடியும் , முதலீடு செய்ய ஒருவர் இருக்கும் பொழுது முயன்று பார்த்தால் என்ன" ? என நர்மதா கூறினாள்.

அவளுக்கு என்ன தெரியும் கார்த்திகேயனை பற்றி, அவன் முதலீடு செய்து முத்துப்பாண்டி தொழில் தொடங்கலாம் அதுவரைக்கும் எதுவும் பிரச்சனையில்லை. அவன் தம்பி தொழிலில் லாபம் வந்-

தால் கூட எதுவும் கேட்க மாட்டான். ஆனால் நட்டம் வந்தால் அவனுக்கு பதில் சொல்ல முடியாது.

உதவி செய்ய அவன் இருந்தாலும் அதற்கு முழு பொறுப்பும் நாம் தான் ஏற்க வேண்டும். தம்பி தொழில் என்றால் எப்படி நடப்பான் எனத் தெரிந்ததால் தான் அவன் வேண்டாம் என்றான்.

புதிதாக ஒரு தொழிலை தொடங்கி அதை சிறப்பாக தன்னால் கொண்டு செல்ல முடியாது என்பது அவன் எண்ணம். கார்த்தி-கேயனும் முதலில் தந்தையுடன் பல சரக்கு கடையில் இருந்து தொழிலை கற்றுக் கொண்டான். தற்போது தனியாக ஒரு பல்பொ-ருள் அங்காடியை திறம்பட நடத்துகிறான். அதுபோல தானும் தந்-தையிடம் தொழிலை கற்றுக் கொள்ளலாம் என எண்ணினான்.

தன் எண்ணத்தை தம்பியிடம் கூறியவன் இப்போது தந்தைக்கு உதவியாக அவருடன் கடைக்கு செல்கிறான். அவன் அங்கு செல்-வது நர்மதாவிற்கு மட்டும் விருப்பமில்லை.

கந்தனின் தங்கை சந்திரா மகள் நர்மதாவை பார்க்க இப்போது அடிக்கடி அவர்கள் வீட்டிற்கு வருகிறார். அப்படி வரும் நாட்களில் பெரும்பான்மையான நேரம் மகளின் அறையிலேயே இருந்து விடு-வார். மங்கையர்கரசி பேத்தியை கவனித்துக் கொண்டு அவள் பின்-னாலேயே சுற்றித்திரிந்தார்.

மூத்த மருமகள் இந்த வீட்டிற்கு வந்த பின்னும் கூட தெய்வாவிற்கு வேலை குறையவில்லை. அவளுக்கு தேர்வு நெருங்கிக் கொண்டி-ருந்தது.

அவள் வீட்டினையும் கவனித்துக் கொண்டு பாடங்களையும் படிக்க முடியாது என நினைத்து குமுதா அவளை தங்கள் வீட்டிற்கு அழைத்தார். தெய்வா விற்கும் இதுவே சரி எனப்பட்டது.

இதை தெய்வா கணவனிடமும் கூறினாள். அதை கேட்டு அமை-

தியாக இருந்தான். பதில் சொல்லாமல் இருந்த கணவனிடம்" நான் போய் வரவா" என்றாள்.

அவள் முகத்தையே பார்த்துக் கொண்டிருந்தவன் " உனக்கு இங்கே ஏதாவது பிரச்சனையா? " எனக் கேட்டான்.

அவள் உடனே, "அப்படி எதுவும் இல்லங்க" என்றாள்.

" அம்மா எதுவும் பேசினார்களா ?"

" இல்லை" என தலையை மட்டும் அசைத்தாள்.

அவள் முகத்தையே பார்த்துக் கொண்டிருந்த கணவன் இந்தக் கேள்வியை கேட்கும் போது அவள் முகத்தில் வந்த மாற்றத்தை கண்டு கொண்டான். அவனுக்குத்தான் தெரியுமே அன்னையின் சமையல் ருசியும், மனைவியின் சமையல் ருசியும்.

காலை மற்றும் இரவு உணவே மனைவியின் கை பக்குவத்தின் மூலம் அவளே சமைத்திருக்கிறாள் என தெரியும். வீட்டு வேலை-யையும் பார்த்துக் கொண்டு, பாடங்களையும் படிக்க சிரமப்படுகிறாள் . இதில் இரவில் நாமும் அவளை நீண்ட நேரம் துங்க விடாமல் செய்கிறோம் என எண்ணினான்.

அதை அவளிடமே, " இரவு படிக்கும் பொழுது உன்னை தொந்த-ரவு செய்கிறேனா?" எனக் கேட்டான்.

அதை கேட்டவள் பதறி "ஐயோ, அப்படி எல்லாம் நான் நினைக்-கவில்லை" என்றாள்.

" பிறகு ஏன் நீ உன் அம்மா வீட்டிற்கு செல்ல வேண்டும் என்றாய்" எனக் கேட்டான்.

இதைக் கேட்கும் பொழுது அவன் குரலில் சற்று கடுமை ஏறிஇ-ருந்தது. அதில் அவளின் கண்கள் கலங்கியது. அவள் கண்ணீரை பார்த்தவன் இனி இவளிடம் இப்படி கடுமையாக பேசக்கூடாது என

எண்ணி அருகில் அமர்ந்திருந்த அவளின் மடியில் தலை வைத்து படுத்தான்.

அவள் அப்படி கேட்டது அவனுக்கு பிடிக்கவில்லை. கண்களை மூடி கோபத்தை கட்டுப்படுத்தினான். தெய்வா தன் விரல்களால் அவனின் கேசத்தை வருடிக் கொண்டிருந்தாள். அதில் சற்று நெகிழ்ந்தவன் எதுவும் பேசாமல் சிறிது நேரம் கடத்தினான்.

அவள் மடியில் படுத்து இருந்தவன் தன் கைகளால் அவளின் இடுப்பைச் சுற்றி வளைத்து வயிற்றில் முகம் புதைத்தான். " தேர்வு முடிய இன்னும் ஒரு மாதம் இருக்கிறது, நீ இல்லாமல் என்னால் இருக்க முடியாதுடி" என்றான்.

திடீரென மடியில் இருந்து எழுந்தவன் அவளின் இதழ்களைப் பிடித்து, " இந்த வாய்தானே என்னை விட்டு போகிறேன் என்றது" எனக்கூறி ஆவேசமாக முத்தமிட்டான். நீண்டதொரு இதழ் முத்தத்தால் அவள் மூச்சிற்கு சிரமப்படும் போது தான் இதழை எடுத்தான். அன்று நடந்த கூடலில் அவன் ஆவேசமாக அவளிடம் நடந்தான்.

இன்று நாம் அம்மா வீட்டிற்கு போகவா என கேட்டதற்க்கு தான் இப்படி நடந்து கொண்டார் என அவன் மேல் கோபம் கொண்டாள்.

தெய்வாவிற்கு அந்த மாதம் வரும் மாதாந்திர பிரச்சனை வந்தது. அப்போது அவள் மிகவும் சோர்வாக இருந்தாள். அறையில்லையேலேயே ஓய்வெடுக்க அவள் மாமியார் விடமாட்டார் என எண்ணி கீழே வந்தாள்.

அவள் எப்போதும் செல்லும் பூஜை அறைக்கு செல்லாததை கண்ட மங்கையர்கரசிக்கு இந்த மாதமும் கரு நிற்கவில்லை என எண்ணினார். அவர் அவளிடமே "சீக்கிரம் குழந்தை பெற்றுக் கொள்ள பார்" என்றார்.

அன்று ஞாயிற்றுக்கிழமை என்பதால் வீட்டிலேயே இருந்தாள். எப்போதும் போல மகளைப் பார்க்க வந்த சந்திரா ஹாலில் இருந்த மங்கையர்க்கரசியிடம் அமர்ந்து பேசிக் கொண்டிருந்தார்.

அவரைப் பார்த்த தெய்வா அவருக்கு குடிக்க காபி எடுத்துச் சென்றாள். அவளைப் பார்த்துச் சந்திரா,

" ஏதும் விசேஷம் இருக்கா?" எனக் கேட்டார்.

அவர் எதைக் கேட்கிறார் என தெரிந்து " இல்லை" என்றாள்.

" சீக்கிரம் குழந்தையை பெற்றுக் கொள்ளுங்கள்" எனக்கு கூறி இலவச ஆலோசனைகளை வழங்கினார். அவருக்குத் தெரிந்த குழந்தை இல்லாத தம்பதிகள் பட்ட கஷ்டத்தை கூறிக் கொண்டிருந்தார். இந்த மருத்துவமனைக்கு சென்றால் குழந்தை பெற்றுக் கொள்ளலாம் என அந்த மருத்துவமனையில் விளம்பர தூதராகவே பேசினார். இந்த கோவிலுக்கு சென்று விளக்கேற்று, அந்தக் கோவிலுக்கு சென்று தேங்காய் உடை என பட்டியலிட்டு கொண்டிருந்தார்.

இதையெல்லாம் கேட்டுக் கொண்டிருந்த தெய்வாவிற்கு தான்" இப்போது இந்த அம்மாவிற்கு தான் தேங்காயை மண்டையில் உடைக்க வேண்டும்" என மனதில் தோன்றியது. சும்மாவே என் மாமியார் என்னை ஏதாவது பேசுவார். இப்போது இவரும் சேர்ந்து கொண்டு என்னை கடுப்பேத்துகிறார்களே காப்பாத்து கடவுளே என வானத்தைப் பார்த்து நினைத்தாள்.

அப்போது அங்கு வந்த நர்மதாவை பார்க்க சந்திரா " நர்மதாவின் முதல் திருமண நாளின் போது பேத்தி வந்தனா கையில் இருந்தாள்" என்றார்.

அனைவருக்கும் முன் தங்களின் தனிப்பட்ட விஷயத்தை பேசுவது பிடிக்காமல் அமைதியாக இருந்தாள். அவர்கள் கேட்டதற்கு அவளால் உடனே பதில் கூற முடியும். உறவினர்களுக்குள் ஏன் வீண் மனக்கசப்பு என விட்டு விட்டாள்.

அவளின் அமைதி மங்கையர்கரசிக்கு கோபத்தை ஏற்படுத்தியது " உன்னிடம் தானே பேசுகிறார்? ஏதாவது கூறுகிறாயா? இது என்ன பழக்கமோ" என்றார்.

அதற்கு சந்திரா நக்கலாக "இதையெல்லாம் அவர்கள் வீட்டில் சொல்லிக் கொடுத்து வளர்க்கவில்லை போல" என்றார்.

இதை கேட்ட தெய்வாவிற்கு கோபம் வந்தது. முதலில் அவர்களின் தனிப்பட்ட விஷயங்களைப் பற்றி பேசுவதையே பிடிக்காமல் இருந்-தவள் அவளின் வீட்டைப் பற்றி பேசும் பொழுது அவளால் தாங்க முடியவில்லை.

கோபமாக சந்திராவை பார்த்து, " நீங்கள் எப்படி என் வளர்ப்பைப் பற்றி பேசலாம்?, என் வீட்டில் எங்கு எப்படி நடக்க வேண்டும் என சொல்லிக் கொடுத்திருக்கிறார்கள்" என்றாள்.

அடுத்து தன் மாமியாரை பார்த்து, "நான் இந்த வீட்டிற்கு வந்ததி-லிருந்து ஏதாவது என் பொறுப்பில் இருந்து தவறி நடந்து கொண்-டிருக்கிறேனா?" எனக் கேட்டாள்.

மங்கையர்கரசி, " நாங்கள் இன்னும் உனக்கு குழந்தை இல்லையே என பேசிக் கொண்டிருந்தோம், அண்ணி கேட்டதற்கு நீ பதில் சொல்லாமல் இருக்கவும் அப்படி கேட்டு விட்டேன்" என்றார்.

அதைக் கேட்டவள், " திருமணம் முடிந்து இரண்டு மாதங்கள் தானே ஆகிறது, அதற்குள் இந்த பேச்சு தேவையா?" என்றாள்.

மேலும் சந்திராவை பார்த்து , " நான் நீங்கள் வருவதற்கு முன் சமையலறையில் நின்று சமைத்துக் கொண்டிருந்தேன், இதுதான் எங்கள் வீட்டில் வளர்ப்பு" என்றவள், நர்மதாவை பார்த்து, " உங்-கள் வளர்ப்பு எப்படி" என கேட்டாள்.

அதற்கு நர்மதா, " எங்களைப் பற்றி எப்படி நீ பேசலாம்" என கத்தினாள்.

தெய்வா," என்னை பற்றி மட்டும் பேசலாமா?" என்றாள்.

சாதாரணமாக தொடங்கிய பேச்சு பிரச்சனையாக செல்வதை பார்த்து மங்கையர்கரசி பயந்தார். இது மகன்களுக்கு தெரிந்தால் மேலும் பிரச்சினை பெரிதாகும் என எண்ணினார். சந்திரா கந்தனிடம் இதைப் பற்றி கூறினால் என்ன செய்வது, அவரும் சகோதரியின் பேச்சைக் கேட்டு செயல்பட கூடியவர் தான். இதனால் இரு மகன்களுக்கும் ஏதேனும் பிரச்சினை வரக்கூடுமே என நினைத்து பயந்தார்.

இன்று தெய்வா பேசாமல் அமைதியாக இருந்திருக்கலாம் என நினைத்தார். அதை அப்படியே அவளிடம் கூறினார் மங்கையர்கரசி. இதைக் கேட்டவள் அவரின் முகத்தை பார்க்க கூட பிடிக்காமல் தங்கள் அறைக்குச் சென்றாள்.

மதிய உணவுக்கு வீட்டிற்கு வந்த கார்த்திகேயன் கீழே மனைவி இல்லாததை கண்டு அம்மாவிடம் கேட்டு தங்கள் அறைக்கு வந்தான். அவன் வரும் நேரத்தில் வீட்டில் இருந்தால் எப்போதும் அவனுடனே இருப்பாள். அவன் தேவைகளை பார்த்து செய்பவள் இன்று இல்லை என்றதும் தங்கள் அறைக்கு வந்தான்.

அங்கு உறங்குபவளை கண்டு யோசனையுடன் அருகில் அமர்ந்தான். தன் அருகில் யாரோ அமர்வதை உணர்ந்தவள் கணவன் தான் எனை நினைத்து கண் திறந்தாள். அவள் நினைத்ததை பொய்யாக்காமல் அவனே அருகில் அமர்ந்திருந்தான். சோர்வுடன் அவன் கையைப் பிடித்துக் கொண்டாள்.

இன்று காலையிலேயே வயிற்று வலி என்றவள் இப்போது சோர்ந்து தெரிவதை பார்த்து ஏதும் பிரச்சினையோ என எண்ணி," டாக்டரை பார்த்து வரலாமா" என்றான். அதற்கு வேண்டாம் என்றவள், அவன் இன்னும் சாப்பிட்டு இருக்க மாட்டான் என அவனை அழைத்து கீழே சென்றாள்.

இரவில் கணவனிடம் இதைப் பற்றி கூற வேண்டும் என நினைத்-

தாள்.நடந்ததை கூறாமல் விட்டால் ஏன் என்னிடம் சொல்லவில்லை என கேள்வி கேட்பான் என நினைத்து கீழே நடந்த அனைத்தையும் அவனிடம் கூறினாள்.

அமைதியாக கேட்டுக் கொண்ட கணவன்," நான் அம்மாவிடம் இதைப் பற்றி பேசுகிறேன்" என கூறினான்.

மறுநாள் திங்கட்கிழமை கல்லூரிக்கு அவள் சென்ற பின் தன் அம்மாவிடம் இதைப் பற்றி பேசினான். "இப்போது குழந்தை வேண்டாம் என சொன்னது நான்தான் அவள் இல்லை" என்றான்.

மேலும் "யாரும் தேவையில்லாமல் பேசி எங்கள் மனநிம்மதியை கெடுக்க வேண்டாம், சந்திரா அத்தை அப்படி பேசும்போது நீங்கள் என்ன செய்தீர்கள்" என்றான்.

இதை அவன் அவரிடம் பேசும் போது சற்று கடுமையாக தான் பேசினான். அவனின் கடுமையில் அவரின் முகம் ஒரு மாதிரி ஆகிவிட்டது. அதைக் கண்டவன் சற்று நிதானித்து அம்மாவின் கையை பிடித்தான். " தெய்வாவினால் உங்களுக்கு ஏதாவது பிரச்சனையா" என்றான். அவர் தலை தானாக "இல்லை" என ஆடியது. " பின்னர் எதுவாக இருந்தாலும் என்னிடம் கூறுங்கள் அம்மா" என்றான்.

மகன் கரிசனமாக பேசியதே அவருக்கு போதுமானதாக இருந்தது. அதற்கு அவர் "சரி"என்றார்.

அவனுக்கு மனைவியைப் பற்றி இந்த சில நாட்களிலேயே தெரிந்து விட்டது. வீணாக பிறரின் விஷயங்களில் தலையிட மாட்டாள். ஒருவரை பிடிக்கவில்லை என்றால் அவர்களைப் பற்றி பேசக்கூட மாட்டாள். மிகவும் பொறுப்பானவளும், பொறுமையானவளும் கூட.

தன் அம்மாவிடம் பேசியதை பற்றி அவன் மனைவியிடம் கூறி இருக்கவில்லை. இதனால் இதைப் பற்றி வீட்டில் பேசாமல் இருக்கிறான் என எண்ணினாள்.

ஒரு நாள் அவளை அவனின் சூப்பர் மார்க்கெட்டிற்கு அழைத்துச் சென்றான் அங்கு உள்ளவர்களிடம் அறிமுகம் செய்து கடையை சுற்றிக் காண்பித்தான். பின்னர், அலுவலக அறைக்கு அழைத்துச் சென்றான்.

மேஜைக்கு அடுத்து இருந்த நாற்காலியில் அமர வைத்தான். அதைப் பார்த்ததுமே தெரிந்தது அது அவனின் இருக்கை என்று. அதில் ஆசையாக அமர்ந்தாள். " தேர்வு முடிந்ததும் தினமும் இங்கு நீ வரவேண்டும்" என்றான் கணவன்.

தெய்வாவிற்கு தேர்வுகள் தொடங்கியதும் பாடங்களை படிக்க வேண்டி இருந்தது. தேர்வில் அதிக மதிப்பெண் பெறாவிட்டாலும் தேர்ச்சியாவது அடைய வேண்டும் என எண்ணினாள்.

அப்போது ஒரு நாள் குமுதாவிற்கு ரத்த அழுத்தம் அதிகரித்து மயங்கி விழுந்தார். எப்போதும் பார்க்கும் மருத்துவமனையில் அவரை அனுமதித்தனர்.

இதை அறிந்த தெய்வா, கணவனுடன் தன் அம்மாவை பார்க்க மருத்துவமனைக்குச் சென்றாள். குமுதா மிகவும் சோர்ந்து தெரிந்-தார். மணிமொழி இதைக் கண்டு பயந்திருந்தாள்.

இதையெல்லாம் பார்த்த தெய்வாவிற்கு கவலையாக இருந்தது. நாம் அடிக்கடி அம்மா வீட்டிற்கு சென்று அவரின் உடல் நிலையை கவனித்திருக்க வேண்டுமோ என நினைத்தாள். மருத்துவர்கள் இப்-போது குமுதா நலமாக இருப்பதாக கூறி அவரை வீட்டிற்குச் செல்ல அனுமதித்தனர்.

அனைவரும் கிளம்பும்போது தெய்வா கணவனிடம் , " நான் அம்மா வீட்டிற்கு போகவா?" என்றாள்.

குமுதா கூட , "வேண்டாம் நானே பார்த்துக் கொள்வேன்"என்றார். அனைவருக்கும் முன் இதைக் கேட்டதால் எதுவும் சொல்ல முடி-

யாத கார்த்திகேயன் "சரி" என்றான்.

அவனே அவர்கள் அனைவரையும் வீட்டிற்கு அழைத்துச் சென்றான். சந்திரன் இரவு உணவை வெளியே இருந்து வாங்கி வந்தார். உணவை வேண்டாம் என்றவனை சாப்பிட வைத்து அனுப்பினார்கள்.

மங்கையர்கரசிக்கு குமுதாவின் அம்மா மருத்துவமனையில் இருப்பதை தொலைபேசியின் வாயிலாகவே தெரிவித்திருந்தான் கார்த்திகேயன்.

மகன் மட்டும் தனியாக வீட்டிற்கு வருவதை கண்டவர், " தெய்வா எங்கே " எனக் கேட்டார். " அவள் அம்மாவிற்கு உடல்நிலை சரியில்லாததால் அங்கேயே இருக்கிறாள்" என்றான்.

இதைக் கேட்டு அவன் அம்மா, " வீட்டில் கேட்காமல் எப்படி தங்கலாம்? , இங்கே குடும்பத்தை யார் பார்ப்பது, என்னிடம் சொல்ல வேண்டாமா?" எனக் கேட்டார்.

தனது மாமியார் மருத்துவமனையில் சேர்த்திருப்பதை தெரிந்தும் அவள் உடல் நிலையை பற்றி கேட்காமல் தெய்வாவை பற்றி கேட்கிறாரே என நினைத்தவன் ," அவள் சீக்கிரம் வந்து விடுவா அம்மா" எனக்கூறி தங்கள் அறைக்குச் சென்றான்.

மூத்தவள் நிறைய நாட்களுக்குப் பின் இங்கு தங்குவதை எண்ணி மகிழ்ந்த குமுதா அவளுக்குப் பிடித்த உணவுகளை சமைக்க தொடங்கினார். வீட்டினர் எவ்வளவு தடுத்தும் எனக்கு ஒன்றும் இல்லை செய்தார்.

அம்மா வீட்டில் இருந்தே தேர்விற்கு சென்ற வந்தாள். தொலைபேசி வாயிலாக பேசிக் கொண்டாலும் அவளைப் பார்க்க கணவன் வருவான்.

இப்படியே ஒரு வாரம் சென்ற நிலையில் அன்று அவள் வீட்டிற்கு வந்தவன், இங்கு வந்ததிலிருந்து அவள் முகத்தில் எப்போதும் சந்தோஷத்தை மட்டுமே காண்பான். அதைப் பார்த்தவன் இவள் நம் வீட்டில் இப்படி இல்லையே என எண்ணியவன், சிறிது நேரத்திலேயே, " நாம் ஏன் இப்படி யோசிக்கிறோம்?" இது தவறு.

அவள் நம் வீட்டிற்கு வராமல் இங்கேயே இருப்பதால் கூட நமக்கு அவ்வாறு தோன்றும். அவள் எப்போதும் போல தான் இருக்கிறாள், அருகில் இருந்தால் தேவையில்லாமல் எதுவும் நினைக்க மாட்டோம் என எண்ணி அவளைக் கூடிய சீக்கிரம் அழைத்துச் செல்ல வேண்டும் "என எண்ணினான்.

உடனே மனைவியிடம், "எப்போது வீட்டிற்கு வருவாய்" என்றான். அவன் அவளிடம் இதைக் கேட்கும் பொழுது அவளது பெற்றோர்கள் அங்கு தான் இருந்தனர்.

இதைக் கேட்ட குமுதா, " நான் இப்போது நன்றாக தான் இருக்கிறேன், "மாப்பிள்ளை கூப்பிடுகிறார், நீ போமா" என்றார்.

சந்திரன், " நீ இங்கு வந்து ஒரு வாரம் ஆகிவிட்டது, அங்கேயும் பார்க்க வேண்டுமே.... நீ கிளம்புமா" என்றார்.

இன்றே அவளை தன்னுடன் அனுப்புவார்கள் என்று அவன் நினைக்கவில்லை. இதைக் கேட்டு இனிமையாக அதிர்ந்தவன் அதை முகத்தில் காட்டாமல் மனைவி முகத்தில் என்ன தெரிகிறது எனப் பார்த்தான். அவளும் மகிழ்ச்சியாகவே சரி என்றாள். இரவு உணவை முடித்துக் கொண்டு அங்கிருந்து சென்றனர்.

அவர்கள் வீட்டிற்கு வந்தபின் அவள் அம்மா வைத்து விட்ட மல்லிகைப்பூவுடன் ஒரு வித எதிர்பார்ப்புடன் சுற்றிக் கொண்டிருந்தாள். கார்த்திகேயன் எப்போதும் போல உடை மாற்றி குளியலறை சென்று வந்தவன் கட்டிலில் விழுந்தான்.

அவனையே பார்த்து கொண்டிருந்தவளை கவனித்தவன் "நீ படிக்கவில்லையா,இன்னும் இரண்டு தேர்வுகள் இருக்கிறதே" என்றான்.

இதைக் கேட்டு அவள் கோபமாக, "நான் இங்கேயும் படிப்பது என்றால் என் வீட்டில் இருந்தே படுத்திருப்பேன் தானே?..... நான் கூட என்னை பிரிந்து இருக்க முடியவில்லை, அதனால் தான் என்னை அழைத்து வந்தீர்களோ என நினைத்தேன், ஆனால் இப்பொழுது நீங்கள் என்னிடம் பேசக்கூடவில்லை" என்றாள்.

" உண்மையில் உன்னைப் பிரிந்து இருக்க முடியலடி" என்றான்.

" அப்போ ஏன் என்னை பார்க்காமல் கூட படிக்க சொன்னீர்கள்?" என்றாள்.

"பரிட்சை இருக்கிறது என படிக்க சொன்னது தவறா?"

"ஆமாம்"

" ஏன்"

" என்னை வா என்று அழைத்து வந்தீர்கள் தானே? இங்கே வந்தபின் போனை பார்த்துக் கொண்டிருக்கிறீர்கள்" என்றாள்.

" இப்போ என்ன, உன்னுடன் பேச வேண்டும் என்கிறாயா? என்றவன் அவள் கையைப் பிடித்து கட்டிலில் அமர வைத்தவன் அவளைப் பார்த்து இப்போது பேசு என்றான்.

அவன் கையை தட்டி விட்டவள் "விடுங்க ,நான் படிக்க வேண்டும் என்றாள்.

" நானும் அதைத்தானே கூறினேன், நீ கேட்டாயா?" எனகூறி அவளை இழுத்து அருகில் அமர வைத்தான்.

" என்னை படிக்க சொல்லிவிட்டு இப்படி செய்கிறீர்களே, விடுங்க" என எழ பார்த்தாள்.

" நான் என்ன செய்தேன்? நீ தானே உன்னுடன் பேசவில்லை

என்றாய்"

" சரி நான் அப்படி இனி கூறமாட்டேன், என்னை விடுங்கள் " என்றாள்.

"அன்று நீ ஹாஸ்பிடலில் உன் அம்மா வீட்டிற்கு சொல்கிறாய் என்று அனைவருக்கும் முன்பாக ஏன் கூறினாய், தனியாக இருக்கும் போது கூறியிருந்தால் உன்னை அனுப்பி இருக்க மாட்டேன்" என்றான்.

அவன் பதில் அவனை முறைத்துப் பார்த்தாள். அதை பார்த்தவன், "உண்மைதான், பிறகு நானே இங்கு இருந்தால் உன்னால் படிக்க முடியாது அங்கேயாவது படிப்பாய் என விட்டுவிட்டேன், தேர்வு முடியை இன்னும் மூன்று நாட்கள் தானே இருக்கிறது அதனால் உன்னை தொந்தரவு செய்ய வேண்டாம் என நினைத்து செல்போனை பார்த்துக் கொண்டிருந்தேன்" என்றான்.

கணவன் தனக்காக தான் பார்த்து இப்படி நடந்து கொண்டார் என்பதை அறிந்து அவனை ஆசையாக பார்த்தாள் .

" என்னடி அப்படி பார்க்கிறாய்"

அவனை நெருங்கி மார்பில் முகத்தை புதைத்துக் கொண்டாள். அவள் தலையில் இருந்து வந்த மல்லிகை பூவின் வாசம் அவனை வசம் இழக்க செய்தது.

அவளை அனைத்து" படிக்க வேண்டியது இல்லையா" எனக்கு கூறி மேலும் அணைப்பை இருக்கிறான். அவள் அவனின் இதழில் நீண்டதொரு முத்தம் தந்தாள். இருவரும் ஒருவார பிரிவை சரி செய்வது போல் அந்த இரவில் செயல்பட்டனர்.

தனக்கு காலை உணவை பரிமாறும் மனைவியை பார்க்கும் போது களைப்பாக தெரிந்தாள். படிக்கும் பெண்ணை தொந்தரவு செய்கி-

றோமே என வருந்தினான். அவளை அருகில் அமர்த்தி சாப்பிட-வைத்த பின்தான் கடைக்கு சென்றான்.

இரவு அவர்கள் அறையில் அவளை தேர்விற்கு தயாராக கூறி-னான். இன்னும் இரண்டு நாட்கள் மட்டுமே தேர்வுகள் உள்ளதால் அது முடிந்து வெளியே எங்கேயாவது சென்றுவரலாம் என்றான்.

அவன் சொன்னது போல தேர்வுமுடிந்து அவளை அழைத்துக் கொண்டு கேரளா சென்றான். அங்கிருந்த இயற்கை காட்சிகளை மனைவியுடன் கண்டுகழித்தான். இருவர் மட்டுமே உள்ள பொழுது என்பதால் பெரும்பாலும் தங்கள் அறையிலேயே இருந்தனர்.

ஒருநாள் கூடல் முடிந்தபின் அவள் கண்களைப் பார்த்து "ஐ லவ் யூ டி " எனக் கூறி "உனக்கு என்னை பிடிக்குமா" என வேறு கேட்டு வைத்தான்.

எந்தநிலையில் இருந்து கொண்டு கேட்கிறார்பார் என நினைத்து வெட்கத்தால் முகத்தை மூடிக்கொண்டாள். " பிடிக்காமல் தான் இப்படி இருக்கிறேனா" என அவன் கேசத்தை வருடினாள்.

அங்கிருந்த ஒருவாரமும் அவளை எப்போதாவது வெளியே அழைத்துச் செல்வான். நேரம் காலம் இல்லாமல் கூடினர். வீட்டி-னர்களுக்கு சில பொருட்கள் வாங்கினர். மனதே இல்லாமல் அங்-கிருந்து வீட்டிற்கு வந்தனர்.

தேனிலவு முடிந்து ஊருக்கு வந்தவன் மனைவியை தன் பல்பொ-ருள் அங்காடிக்கு அழைத்து வந்துவிட்டான். இப்போது கடையின் கணக்குகளை சரிபார்த்து , கூடவே மேற்பார்வையும் செய்கிறாள்.

அவளுக்கு ஆரம்பத்தில் சற்று சிரமமாக இருந்த வேலைகளை கணவன் உதவியுடன் கற்றுக்கொண்டாள். அவள் வேலைகளை ஆர்வமாக செய்வதோடு திறம்பட முடிப்பதில் கார்த்திகேயனுக்கு பெருமையே.

இதற்கிடையே தந்தையின் துணிகடைக்கு சென்று அங்கேயும் சிறி-

துநேரம் இருந்துவிட்டு வருவாள். தன் அம்மா வீட்டிற்குச்சென்று அவரின் உடல்நலத்தையும் பார்த்துக் கொள்கிறாள்.

இந்த வேலைகளுக்கிடையில் அவள் வீட்டுபொறுப்புகளில் இருந்து விலகவில்லை. காலை உணவை சமைத்து முடித்து கணவனுடன் கடைக்கு வருபவள் மதியஉணவிற்கு வீட்டிற்கு செல்வாள். மதிய-உணவை மங்கையர்கரசி செய்து வைத்துவிடுவார். மதியஉணவை முடித்த கார்த்திகேயன் மட்டும் அவன் கடைக்குச் செல்வான். அந்-தநேரம் தெய்வா தந்தையின் கடைக்கு சென்றுவருவாள். மாலை-நேரம் வீட்டிற்கு வருபவள் வீட்டு வேலைகளை முடித்து இரவுஉ-ணவு தயார் செய்வாள்.

கணவனுடன் வெளியே செல்லும் பொழுது அவன் வாகனத்திலேயே அழைத்துச்சென்று விடுவான். தனியாக செல்லும்பொழுது கால்-டாக்ஸியில் செல்வாள்.

ஆரம்பத்தில், மங்கையர்கரசி இதற்க்கு எதிர்ப்பு தெரிவித்தார். கார்த்திகேயன் தான் எனது தொழிலையும் , மாமாவின் தொழிலை-யும் , இனி அவள் தான் பார்க்கவேண்டும் எனகூறி முடித்தான். அதற்குமேல் எதுவும் அவரால் அவனிடம் பேசமுடியாது.

தெய்வா கல்லூரி சென்ற நேரம்தான் இப்போது கடைக்கும் சென்று வருகிறாள். இருந்தும் மங்கையர்கரசி அதை ஏற்கமறுத்தார்.

சமையலறையில் வேலை செய்யும் போது தற்போது நர்மதாவை அழைத்து வேலைவாங்கினார் . இது அவளுக்கு சற்றும்பிடிக்-கவில்லை. தெய்வாவது எதாவது வேலை செய்துவிட்டு தான் கிளம்பிசெல்வாள் . ஆனால் இந்த யாழினி எதுவும் செய்யாமல் கைபேசியில் மூழ்கி இருந்தாள் . அது நர்மதாவிற்கு கோபத்தை அதிகமாக்கியது.

சந்திராவிற்கும் தெய்வா தொழிலை கவனிப்பது பிடிக்கவில்லை. அதை மங்கையர்க்கரசியிடம் நேரடியாக கூறியிருந்தார். அதற்கு அவர் "நான் சொல்வதை யாரும் கேட்கமாட்டார்கள்" என்றார்.

அதற்கு, சந்திரா தெய்வா வேலைக்கு செல்வதால் வீட்டுவேலைகளை தன்மகள் மட்டுமே ஏன் செய்ய வேண்டும் என்றார்.

மங்கையர்கரசி, " இதை உங்கள் மகளிடமே கேட்க வேண்டியதுதானே அண்ணி, தெய்வா கடைக்குச் செல்லும்முன் வீட்டு வேலைகளை முடித்துவிட்டு தான் செல்கிறாள், அது நர்மதாவிற்கும் தெரியுமே " என்றார்.

மேலும் நர்மதாவிடமே " நீ இங்கே என்ன வேலை செய்கிறாய், பெரும்பாலும் அவள்தானே பார்த்துவிடுகிறாள்" என்றாள்.

தினமும் மகள் இதைப் பற்றி பேசுவதால்தான் இங்கே வந்து பேசினார். அவள் கணவனுடன் பல்பொருள் அங்காடிக்கு செல்வதால் தன் மகளுக்கு இங்கு மதிப்பு இருக்காது என எண்ணினார். தெய்வாவை எப்படியாவது மங்கையர்கரசியிடம் கூறி வீட்டில் இருக்கவைக்கலாம் என நினைத்தார். ஆனால், தற்போது பதில்ஏதும் பேசமுடியாமல் சந்திரா, மங்கையர்க்கரசியின் மீது கோபத்துடன் சென்றார்.

ஒருநாள் மாலை கார்த்திகேயன் வீட்டில் பெண்கள் அனைவரும் அமர்ந்து தேநீர் அருந்திகொண்டிருந்தனர். தெய்வா வந்தனா உடன் ஏதோ விளையாடிக் கொண்டிருந்தாள். நர்மதாவும், மங்கேற்கரசியும் தொலைக்காட்சியில் மூழ்கி இருந்தனர்.

அப்போது தனது அறையிலிருந்து வெளியே வந்த யாழினி தன் அம்மாவிடம் அருகில் உள்ள கோவிலுக்கு சென்று வருவதாக கூறினாள்.

இதைக்கேட்ட மங்கையர்கரசி, " என்ன திடீரென கிளம்பி நிற்கிறாய்?, தனியாக எப்படி செல்வாய்?" என்றார்.

" பக்கத்துல தானே அம்மா உடனே வந்துவிடுவேன் " என்றாள்.

அதைக்கேட்டு சமாதானம் அடையாதவர், "நீ அண்ணிகளையும்

கூடே அழைத்துச் செல்" என்றார்.

அதற்கு உடனே, " எதற்கு அம்மா, அவர்களுக்கும் வீணாக அலைச்சல், நானே தனியாக போய் வந்துவிடுவேன்" என்றாள்.

" நீ தனியாக என்றால் போகவேண்டாம்" என்றார்.

இதற்கு மேல் மறுக்க முடியாது என எண்ணிய யாழினி தன் இரு அண்ணிகளுடன் வந்தனாவையும் அழைத்துக் கொண்டு கோவிலுக்கு சென்றாள்.

கோவில் அருகிலேயே இருந்ததால் நடந்தே சென்றனர். அவர்கள் வரும்வழி எங்கும் தனது கைபேசியில் எதையோ செய்து கொண்டுவந்தாள். அவளின் நடவடிக்கை இன்று இருவருக்கும் வித்தியாசமாக தெரிந்தது.

சாமிதரிசனம் முடிந்து கோவில் பிரகாரத்தில் அமர்ந்து இருந்தனர். அங்கு ஒரு குழந்தை கையில் பலூன் வைத்து விளையாடிக் கொண்டிருந்தது. அதைப் பார்த்த வந்தனா அது வேண்டும் எனக்கேட்டாள். கோவிலுக்கு வெளியே விற்பனை செய்வதை ஏற்கனவே பார்த்திருந்தனர்.

உடனே தெய்வா, " பாப்பாவிற்கு பலூன் வேண்டுமா? நாம் அதை வாங்கிக் கொண்டு வீட்டிற்கு போகலாம்" என எழுந்தாள்.

அதற்க்கு யாழினி " எப்போதாவது தான் வெளியே வருகிறோம் அண்ணி , சிறிதுநேரம் இருந்துவிட்டு கிளம்பலாம் " என்றாள்.

அவள் அப்படி கூறியதும் அங்கிருந்து கிளம்பமுடியவில்லை. அதற்குள் வந்தனாவின் முகம் அழுகைக்கு தயாராகியது. அதைப்பார்த்த நர்மதா அவளை வெளியே அழைத்துச் சென்றாள்.

அவள் பலூன் வாங்கிக்கொண்டு திரும்ப கோவிலுக்குள் நுழையும் பொழுது அங்குகண்டது யாழினி , தெய்வா இருவரும் ஒருவனுடன் பேசிக்கொண்டிருப்பதை தான். அவன் பார்க்க நல்ல உயரமாக,

அழகாக இருந்தான்.

யாழினி அருகில் இருந்த தெய்வாவிடம் அந்தப் புதியவனை காண்பித்து ஏதோ கூறுவதுபோல் இருந்தது. பிறகு தெய்வா அவனிடம் ஏதோ பேசினாள். என்ன பேசிக்கொண்டார்கள் என தெரியவில்லை.

நர்மதா அவர்கள் அருகில் செல்லும் பொழுது அவன் அங்கிருந்து சென்றிருந்தான் "யார் அது" என நர்மதா கேள்வி கேட்டாள்.

"என் காலேஜ் சீனியர் அண்ணி, என்னைப் பார்த்ததும் வந்துபேசி-னார்" என்றாள்.

இங்கு நடந்தது நர்மதாவிற்கும் ஏதோ சரியில்லாதது போல் தெரிந்-தது. நர்மதாவிற்கு அவர்கள் இருவரும் அந்த புதியவனிடம் பேசியதை பார்க்கும் பொழுது இருவருக்கும் அவன் ஏற்கனவே தெரிந்திருக்க வேண்டும் என நினைத்தாள். அவர்கள் எதையோ தன்னிடம் மறைக்கிறார்களோ என எண்ணினாள.

ஆனால், உண்மையில் நடந்தது என்னவென்றால், யாழினி தெய்வா இருவரும் தனித்து அமர்ந்திருந்தனர். அப்போது அந்த புதியவன் அவர்களைப் பார்த்து வந்து கொண்டிருந்தான். அவனைப் பார்த்-ததும் யாழினி எழுந்து அவனை நோக்கிச்சென்றாள். இருவரும் ஏதோ பேசிக் கொண்டிருந்தனர்.

சிறிதுநேரம் பொருத்த தெய்வா , யாழினி முகத்தை ஊன்றி கவனித்தாள். அவள் அவனுடன் நாணி ,கோணி கொண்டு பேசு-பவளை கண்டு அது பிடிக்காமல் அவள் அருகில் எழுந்து சென்-றாள்.

தெய்வா அருகில் வந்ததும் பதட்டமான யாழினி "அண்ணி, இது என் காலேஜ் சீனியர் ரவி" என அறிமுகம் செய்து வைத்-தாள். தெய்வா அவனிடம் "ஹாய்" மட்டும் கூறினாள். யாழினியை பார்த்து கிளம்பலாம் என்றாள்.

தெய்வாவின் முகத்தில் இருந்த பிடித்தமின்மையை பார்த்த ரவி அவர்களிடம் கூறிக்கொண்டு சென்றான்.

யாழினி, ரவி இருவரும் ஒரேகல்லூரி தான். அவளுக்கு சீனியரான ரவி படித்து தனியார் நிறுவனத்தில் பெங்களூரில் வேலை பார்க்கி-றான். இருவரும் தொலைபேசி வாயிலாகவே பேசிக் கொள்கிறார்-கள். ஊரிலிருந்து இன்று வந்தவன் அவளைக் காண வேண்டும் என வெளியே அழைத்தான். தனியாக சந்திக்க இருந்ததை மங்-கையர்கரசி கலைத்து விட்டார்.

என்னுடன் இரு அண்ணிகளும் கோவிலுக்கு வருவதால் இன்று பேச முடியாது என தகவலை அனுப்பி இருந்தாள். ஆனால், ரவி இன்று ஒருநாள் மட்டுமே விடுமுறை நாளை வேலைக்குச் சென்று-விடுவேன் எனக்கூறி பார்த்துப் ,பேச வேண்டும் என அழைத்தான்.

யாழினிக்கு அவனைப் பார்த்ததும் அனைத்தும் மறந்து அவனிடம் சென்று பேசினாள். கல்லூரி படிப்பை கூட முடிக்காத யாழினி எதன் அடிப்படையில் அவ்வாறு நடந்து கொள்கிறாள் என தெரி-யவில்லை.

அவள் வீட்டில் பெற்றோரும், அண்ணன்களும் அவளை வெளி உலகம் தெரியாத வெகுளிபெண் என நினைக்கின்றனர். இவள் செய்யும் செயல் மட்டும் வீட்டினருக்கு தெரிந்தால் என்ன ஆகும். அதுயார் வாழ்க்கையில் சிக்கலை ஏற்படுத்த காத்திருக்கிறதோ தெரியவில்லை.

அன்று காலை தெய்வா குளியல்அறையில் படபடப்புடன் நின்று கொண்டிருந்தாள். காரணம் அந்தமாதம் வரும் மாதவிடாய் வராமல் தள்ளி சென்றிருந்தது. இதை இன்னும் யாரிடமும் சொல்லவில்லை. உறுதிப்படுத்திக்கொண்டு சொல்லலாம் என இருந்தாள். முதல்நாள் தாய் வீட்டிற்கு சென்று திரும்பும்போது மெடிக்கலில் கர்ப்பத்தை உறுதிப்படுத்தும் சாதனம் வாங்கிவந்திருந்தாள்.

சோதித்துப் பார்த்ததில் கர்ப்பம்தான் என உறுதிஆனது. இதை

கணவனிடம் தெரிவிக்க சென்றபோது அவன் நன்றாக உறங்கிக் கொண்டிருந்தான். அவன் அருகில் நெருங்கி காதில் எதையோ மெதுவாக கூறினாள்.

அதைக் கேட்டவன் அதிர்ச்சியுடன், " என்ன" " என்ன சொன்ன" என கூறி கொண்டே வேகமாக எழுந்தான்.

அவனிடம் கர்ப்பத்தை உறுதிப்படுத்திய சாதனத்தை தந்தாள். அதைப்பார்த்து மனைவியின் முகத்தைப் பார்த்தவனை விழிகள் கலங்க பார்த்திருந்தாள். அவளை அணைத்து உச்சியில் நீண்டமுத்தம் வைத்தான். அவன் கைகள் அவள் வயிற்றை மெல்லதடவியது. இருவரும் உணர்ச்சிவசப்பட்டு இருந்தனர்.

" கேரளா போனது வீண்போகலடி" என்றான்.

" இங்கே மட்டும் சும்மாவா இருந்தீர்கள்?" என்றாள். அதைக்கேட்டு அவனுக்கு அப்படி ஒரு சிரிப்பு.

இருவரும் கீழேசென்று வீட்டினரிடம் இதை தெரிவித்தனர். அனைவருக்கும் சந்தோசம். மங்கையர்கரசி உடனே இனிப்பு செய்ய கிளம்பினார்.

தெய்வா வீட்டினருக்கு முறைப்படி தெரிவித்தனர். அவர்களும் இனிப்பு, பழங்களுடன் குடும்பத்துடன் வந்து மகளை பார்த்து சென்றனர்.

மருத்துவபரிசோதனைக்கு அவளை அவனே அழைத்துச்சென்றான். குழந்தையின் நிலையைப்பற்றி தெரிந்து கொண்டவன், அவள் சாப்பிட வேண்டிய உணவு , குழந்தை வளர்ச்சிக்கு சாப்பிடக்கூடியது என கேட்டுக்கொண்டான். கூடவே இந்தநேரத்தில், மனைவியுடன் இல்லறவாழ்வில் ஈடுபடலாமா? என அந்த பெண் மருத்துவரிடமே கேட்டு வைத்தான்.

இதைக்கேட்ட தெய்வாவிற்கு தான் "அய்யோ" என்றானது. மருத்துவருக்கு தெரியாமல் அவனின் கையைதொட்டு சைகையால் "

வேண்டாம்" என கூறிப் பார்த்தாள். அதை அவன் கேட்க வேண்டுமே.

மருத்துவர் அவன் கேட்ட கேள்விகளுக்கெல்லாம் முகம் சுளிக்காமல் விளக்கம் தந்தார். அவர் இவனைப்போல் பல நபர்களை சந்தித்தவர் ஆயிற்றே.

வெளியே வந்த தெய்வா கணவனிடம், " இதையெல்லாம் டாக்டரிடம் ஏன் கேட்டீர்கள்? , சுற்றி அத்தனை நர்ஸ் வேறு இருந்தார்கள், எனக்கு கூச்சமாக இருந்தது தெரியுமா" என்றாள்.

என்னுடைய சந்தேகத்தை நான் அவரிடம் தான் கேட்கமுடியும். வேறுயாரிடமும் கேட்கமுடியாது. இப்போதே மூன்றுமாதம் உன்னை எதுவும் தொந்தரவு செய்யக்கூடாது என்றார்" அவன் கூறியவிதமே அவளுக்கு சிரிப்பை வரவழைத்தது. ஆம், மருத்துவர் அவளின் உடல் நல்ல ஆரோக்கியத்துடன் இருந்தாலும் மூன்று மாதம் இல்லறவாழ்வை தவிர்ப்பது நல்லது என்றிருந்தார்.

அவனுக்கு இதுஒரு விஷயமாக தெரியவில்லை. மனைவி உடல் ஆரோக்கியத்துடன் தன் குழந்தையை பெற்றெடுத்தாலே போதும் நினைத்தான்.

இரவின் தனிமையில் மனைவியின் கால்களை எடுத்து தன்மடியில் வைத்து இதமாக அழுத்திக் கொண்டிருந்தான். கட்டிலில் சாய்ந்த அமர்ந்திருந்தவள் சிரிப்புடனே அவனைப் பார்த்துக் கொண்டிருந்தாள். இருவரும் பிறக்கும் குழந்தையை பற்றிதான் பேசிக்கொண்டிருந்தனர்.

"நமக்கு பெண்குழந்தைதான் பிறக்கும், அதுக்கு அழகாக தலைவாரி பூவைத்து, காலில் கொலுசு போட்டு நடப்பதை பார்க்க வேண்டும். இப்போதே நாம் குட்டி ,குட்டியாக நகைகளை வாங்கவேண்டும்" என்றான்.

அவன் கூறிய பாவனைகள் அவ்வளவு அழகாக இருந்தது.

அவனை சுவாரசியமாக பார்த்துக் கொண்டிருந்தவள் "ஆண் குழந்தை பிறந்தால் என்ன செய்வீர்கள்" என்றாள்.

"போடி, நன்றாக பேசிக் கொண்டிருக்கும்போது என் மனதை மாற்றுகிறாய், நமக்கு பெண்குழந்தை தான் பிறக்கும், அதுதான் என் மனதில் தோன்றுகிறது, அடுத்து கூட பையனை பெற்றுக்கொள்வோம்" என்றான்.

அதைக் கேட்டவள் அவனை சீண்டும் விதமாக, "எனக்கு ஆண்குழந்தை பிறந்தால் பார்க்ககூட வரமாட்டீர்களா?" என சிரிப்புடனே கேட்டாள். அவனும் கோபமாக " வரமாட்டேன் போடி" என்றிருந்தான்.

இதைக்கேட்டு அவனை முறைத்துப் பார்த்தாள். அப்போதுதான் அவனுக்கு அவன் பேசியது நினைவில் வந்தது. அவள் கண்கள் கலங்கி இருப்பதை பார்த்ததும் அவன் மனம்பதறியது. அவளை சமாதானம் செய்ய எண்ணி அவள் மேல் கைகை வைத்தான். அதைத் வேகமாக தட்டிவிட்டவள் திரும்பி படுத்துகொண்டாள்.

அவன் எவ்வளவு சமாதானம் செய்தும் அவள் சமாதானம் ஆகவில்லை. குழந்தை பிறக்கும் போது உன்னுடனே இருப்பேன் டி, எந்தக் குழந்தையாக இருந்தாலும் பரவாயில்லை பலவாறு கூறி அவளை ஓரளவு சமாளித்தான்.

தெய்வா எப்போதும் போல கணவன் மற்றும் தந்தையின் தொழிலை கவனித்து வந்தாள். கார்த்திகேயன் கூட அவளை "வீட்டில் ஓய்வெடுக்க வேண்டியது தானே" . என கூறினான்.

அவளுக்கு தற்போது வாந்தி ,தலைசுற்றல் போன்ற தொந்தரவு எதுவும் இல்லை. அதனால் அவளுக்கும் கஷ்டம் இல்லை எனக்கூறி சென்று வந்தாள். அவனும் அவளுக்கு அதிகவேலைப்பளு இல்லாமல் பார்த்துக் கொள்வான். இடை இடையே ஏதாவது சாப்பிட தருவான்.

அவள் தந்தையின் துணிகடைக்கு செல்லும் பொழுது தன் ஓட்டுநருடன் செல்ல அனுமதித்தான். அவள் கால் டாக்ஸியில் செல்வதைமறுத்தான்.

மருத்துவரை பார்க்க செல்லும்பொழுது கார்த்திகேயனுடன் மங்கையர்க்கரசி அல்லது குமுதா யாராவது வருவார்கள். மங்கையர்கரசி கூட தற்போது அவளை எதுவும் கூறுவதில்லை.

கந்தனின் நண்பர் மூலம் யாழினிக்கு ஒரு வரன் வந்தது. அவர் விசாரித்த வரையில் பையனும் ,அவன் குடும்பமும் நல்ல விதமாகவே இருந்தனர். பையன் வெளிநாட்டில் வேலை பார்க்கிறான்.

இதை இரு மகன்களிடமும் தெரிவித்தார். அவர்களும் தங்கள் பங்கிற்கு விசாரிப்பதாக கூறினார்.

மங்கையர்கரசியிடம் இதைக் கூறிய போது அவருக்கு மகிழ்ச்சியே. ஆனால், மகள் எந்த ஒரு பொறுப்பும் இல்லாமல் படிக்கிறேன் என்று இருக்கிறாள். இந்த சிறு பெண்ணால் திருமணம் செய்து சமாளிக்க முடியுமா? என கவலை கொண்டார்.

அதை அவர் கணவரிடம் தெரிவித்த பொழுது, " உடனே எல்லாம் திருமணம் செய்யவில்லை, ஆறு மாதம் கழித்து தான் திருமணம் நடக்கும், அதற்குள் அவளுக்கு வீட்டு வேலைகளை பழக்கி, பொறுப்புகளை கற்றுக் கொடு" என்றவர் மேலும், " இரண்டாவது மருமகள் நம் வீட்டிற்கு வந்த பொழுது யாழினி வயது தானே" என்றார்.

இந்த வரனை பற்றி யாழினி தவிர வீட்டில் இருந்த அனைவருக்கும் தெரிந்திருந்தது. சம்பந்தம் உறுதியானதும் அவளிடம் தெரியப்படுத்தினால் போதும் என்று இருந்தனர். இப்போதே வீணாக அவள் மனதில் எந்த எண்ணமும் வளர வேண்டாம் என நினைத்தனர்.

அவர்கள் அங்கு பேசிக் கொண்டிருக்கும் அதே நேரத்தில் யாழினி

தன்னறையில் காதலனுடன் பேசிக் கொண்டிருந்தாள். குடும்பமே சேர்ந்து ஒருவனே அவளுக்கு மாப்பிள்ளை ஆக தேர்வு செய்ய, அவளே அவளுக்கு என ஒருவனை ஏற்கனவே தேர்வு செய்து வைத்திருந்தாள்.

தெய்வ வழக்கம்போல் அவர்களின் பல்பொருள் அங்காடிக்கு வந்திருந்தாள். கடையை மேற்பார்வை செய்துவிட்டு தங்களின் அறையில் அமர்ந்திருந்த பொழுது பழச்சாறுடன் கணவன் உள்ளே நுழைந்தான்.

பழச்சாறை குடித்துக் கொண்டு, " எனக்கு வளைகாப்பு நல்லா கிராண்டா செய்யணும், பிரக்னன்சி போட்டோ சூட் கூட எடுக்க வேண்டும்" என்றாள்.

"இப்போது தானே ஐந்து மாதம் ஆகிறது, ஒன்பதாவது மாதத்தில் உனக்கு பிடித்தது போலவே வளைகாப்பு செய்யலாம்" என்றான்.

அதைக் கேட்டவள்," என்ன?, ஒன்பதாவது மாதத்தில் வளைகாப்பா ?, அம்மா ஏழாவது மாதமே போட வேண்டும் என்றார் " என அவனிடம் கூறினாள்.

வளைகாப்பு போட்டவுடன் உன்னை அழைத்துக் கொண்டு சென்று விடுவார்கள், அவ்வளவு நாளெல்லாம் உன்னை விட்டு இருக்க முடியாதுடி"

" கூட ஒரு மாதம் தானே , தினமும் அம்மா வீட்டிற்கு வந்து என்னை பார்த்து சொல்லுங்கள், நானும் கடைக்கு வருவேன் தானே" என்றாள்.

" அதெல்லாம் முடியாது, நீ நம் வீட்டில் இருக்க வேண்டும்"என்றான்.

" இதெல்லாம் உங்கள் பெண் பிறக்கும் வரை தான், பிறந்த பின்

நான் எங்கே கண்ணுக்கு தெரிய போகிறேன்" என்றாள்.

நாற்காலியை அவள் அருகில் போட்டவன் அதில் அமர்ந்து அவள் கையை எடுத்து தன் கைக்குள் வைத்துக் கொண்டான். அவளைப் பார்த்து, " இந்த உலகத்தில் நீ மட்டும் தான் எனக்கு முக்கிய-மானவள், பிறகுதான் நம் குழந்தை என்றாலும், அது உனக்குத் தெரியுமா?" என்றான்.

அவன் முகத்தையே பார்த்துக் கொண்டிருந்த வளுக்கு அந்த குரல் ஏதோ செய்ய, தெரியும் என்பது போல் தலையை மட்டும் அசைத்-தாள்.

அந்த மாதம் யாழினிக்கு பார்த்திருக்கும் மாப்பிள்ளை வெளிநாட்-டிலிருந்து திரும்புகிறான். இரண்டு மாத விடுமுறையில் வருவதால் உடனே திருமணத்தை முடிக்க மணமகன் வி வீட்டார் விரும்பினர்.

கந்தன் வீட்டில் உள்ளவர்களும் அதற்கு சரி என்றனர். திருமணத்-தைப் பற்றி யாழினி இடம் தெரிவித்த பொழுது அதிர்ச்சி அடைந்-தாள்.

உடனே, " எனக்கு தற்போது திருமணம் வேண்டாம், இன்னும் ஒரு வருடம் தானே படிப்பு இருக்கிறது, அது முடிந்ததும் திருமணம் செய்து கொள்கிறேன் " என்றாள்.

கார்த்திகேயன், " உனக்கு பார்த்திருக்கும் மாப்பிள்ளைக்கு வெளி-நாட்டில் வேலை, எப்படியும் அந்த வேலை முடிந்து இங்கு வர ஒரு வருடமாகும், அதற்குள் நீ நம் வீட்டில் இருந்தே படித்து முடித்து விடுவாய்" என்றான்.

முத்துப்பாண்டி, " இது நல்ல சம்பந்தம் யாழினி, மாப்பிள்ளையை பற்றி நல்ல விதமாகத்தான் வெளியே சொல்கிறார்கள்" என்றான்.

" நீங்கள் என்ன கூறினாலும் சரி, நான் இப்போது திருமணம்

செய்ய மாட்டேன்" என கத்திவிட்டு யாழினி அவள் அறையினுள் சென்றாள்.

அவள் அவ்வாறு செய்தது வீட்டினருக்கு அதிர்ச்சியாக இருந்தது. கந்தன் மங்கையர்கரசியை தான் முறைத்துப் பார்த்தார்.

"அம்மா, அவளுக்கு நீங்கள் இந்த சம்பந்தத்தை பற்றி எடுத்துக் கூறுங்கள், நீங்கள் சொன்னால் கேட்பாள் " என முத்துப்பாண்டி கூறி சென்றான்.

அவருக்கு மகள் இவ்வாறு பேசியது எண்ணி கவலை. அதுவும் தன் இரு மருமகள் முன்பும் அவள் அப்படி நடந்தது அவமானமாக நினைத்தார். தானே தன் மகளுக்கு செல்லம் கொடுத்து வளர்த்தது தவறோ என முதல்முறையாக வருந்தினார்.

கந்தன் மனைவியை பார்த்து, "யாழின்யிடம் பேசி எதுவாக இருந்தாலும் கேட்டு சொல், மாப்பிள்ளை வீட்டிற்கு நாளை தகவல் தெரிவிக்க வேண்டும் என்றார்.

கார்த்திகேயனுக்கு இன்று யாழினி நடந்து கொண்ட விதம் ஏதோ தவறாகபட்டது.

மறுநாள் வழக்கம்போல் விடிந்தது. சமையலறையில் தெய்வா சமைக்கும் பொழுது தன் மாமியாரும் முகத்தை பார்த்தாள். அவர் முகம் சற்று இறுக்கமாகவே இருந்தது.

அவர் நேற்று இரவு தனியாக இருந்த மகளிடம் பேசியதற்கு அவள் சரியாக பதிலளிக்கவில்லை. ஏன் யாழினி இப்படி நடந்து கொள்கிறாள் என புரியாமல் நின்றார்.

கணவனின் முகமும் யோசனையோடு இருப்பதைப் பார்த்த தெய்வா இதை சரி செய்ய நாம் யாழினியிடம் பேசலாம் என எண்ணி அவள் அறைக்குச் சென்றாள்.

அறையின் கதவை லேசாக தட்டி விட்டு தெய்வா உள்ளே நுழைந்-தாள். அவளைக் கண்டதும் எப்போதும் போல " வாங்க அண்ணி" என அழைத்தாள் யாழினி.

தெய்வா அங்கிருந்த கட்டிலில் அமர்ந்து, "நேற்று நீ ஏன் அப்படி நடந்து கொண்டாய், உன் மனதில் என்ன இருக்கிறது, நீ அதை சொன்னால் தான் எங்களுக்கு தெரியும், நம் வீட்டினர் உன் விருப்-பத்திற்கு மட்டுமே மதிப்பு தருவர் , எதுவாக இருந்தாலும் கூறு" என்றாள்.

அதற்கு யாழினி, " அப்படி எதுவும் இல்லை அண்ணி, எனக்கு இந்த ஒரு வருடம் மட்டும் படித்தால் கூட போதும் " என்றாள்.

அவள் கூறியதை கேட்ட தெய்வா கூட படிக்க ஆசைப்படுகிறாள் போல அதனால் தான் நேற்று அவ்வாறு பேசி விட்டாள் என நினைத்தாள்.

தெய்வா யாழினியிடம் பேச வரும் முன் பிரச்சனை பெரிதாக இருக்கும் என எண்ணி பயந்தாள். அன்று கோவிலில் ஒருவனுடன் பேசியது கூட அவளுக்கு நெருடலாக இருந்தது.

நேற்று யாழினி திருமணம் வேண்டாம் என்றதற்கு கோவிலில் பார்த்தவன் ஒரு காரணமாக இருக்குமோ எண்ணி அதை கணவனிடம் கூறலாமா வேண்டாமா என யோசித்துக் கொண்டிருந்-தாள். ஆனால் இப்போது யாழினி படிக்க வேண்டும் என கூறியது அவளுக்கு நிம்மதியை தந்தது.

அதனால் தெய்வா, யாழினிக்கு பார்த்திருக்கும் மாப்பிள்ளையின் குடும்பம், வேலை இதைப் பற்றி அவளிடம் கூறினாள். மாப்பிள்ளை வெளிநாட்டில் இன்னும் ஒரு வருடம் வேலை பார்த்தபின் திரும்பி வருவதால் யாழினியில் படிப்பில் தடை ஏற்படாது என கூறினாள். அந்த ஒரு வருடமும் நீ நம் வீட்டிலேயே தங்கலாம் எனவும் கூறி-னாள்.

யாழினி என்ன நினைக்கிறாள் என தெய்வாவால் கண்டறிய முடி-

யவில்லை. எப்போதும் போல முகத்தை சாதாரணமாக வைத்துக் கொண்டு, " சரி அண்ணி, யோசித்து பார்க்கிறேன்" என கூறினாள்.

தெய்வா யாழினியின் அறையில் உள்ளே நுழையும் போதே நர்மதா பார்த்து விட்டாள். யாழினி அறைக்கு மங்கையர்கரசியை தவிர யாரும் அடிக்கடி செல்ல மாட்டார்கள். பெரும்பாலும் அவள் தனிமையிலேயே இருப்பாள். குழந்தை வந்தனா வந்தால் கூட கையில் புத்தகத்தை வைத்துக்கொண்டு தான் இருப்பாள்.

நேற்று யாழினி பேசியது நர்மதாவிற்கு சுத்தமாக பிடிக்கவில்லை. எப்போதும் படிக்கிறேன் என்று அறையிலேயே இருப்பவள் தேர்வில் சொல்லும் படியாக மதிப்பெண் எடுக்க மாட்டாள். நானும் படிக்கிறேன் என்ற பெயரில் கதவை அடைத்துக் கொண்டே இருக்கிறாள்.

அவள் படிக்க வேண்டும் என தன் மாமியார் அவளை எந்த ஒரு வேலையும் செய்ய விடுவதில்லை என அவளுக்கு கோபம். அவள் நேற்று படிக்கவேண்டும் அதனால் திருமணம் வேண்டாம் என்றது அவளுக்கு நம்பும்படியாக இல்லை.

நீண்ட நேரமாக இருவரும் வெளியே வரவில்லை. நர்மதாவிற்கு அவர்கள் என்ன பேசுகிறார்கள் என தெரிய வேண்டி இருந்தது. நேற்று அவளுக்குப் பார்த்த வரனை பற்றி பேசுகிறார்களோ என நினைத்து அவளுக்கு இருப்புக் கொள்ளவில்லை.

நாம் உள்ளே செல்லலாமா? என்று அவள் நினைக்கும் போது தெய்வா அந்த அறையை விட்டு வெளியே வந்தாள். சிறிது நேரத்திலேயே யாழினி கல்லூரிக்கு கிளம்பி வந்தாள்.

எப்போதும் போல உணவை முடித்து தன் அம்மாவிடம் விடைபெற்றால் யாழினி. அவளுக்கு எதிரே வந்த தெய்வா ," எதுவாக இருந்தாலும் சீக்கிரம் உன் முடிவை சொல்" என்றாள்.

அதைக் கேட்டு அவள் ," இன்று இரவுக்குள் என் முடிவை சொல்லி விடுவேன் அண்ணி " என கூறி சென்றாள்.

அங்கே இருந்த நர்மதாவிற்கு அவர்கள் இருவரும் என்ன பேசி-னார்கள் என்று கேட்கவில்லை தூரத்தில் நின்று பார்த்தவளுக்கு தெய்வா யாழினியிடம் ஏதோ கூறி அதை செய்ய சொல்வது போல் இருந்தது. அதற்கு யாழினிகும் ஏதோ சொல்வது போல் இருந்தது. அது என்னவாக இருக்கும் என நர்மதா யோசித்தாள்.

தெய்வா தந்தையின் கடைக்கு சென்று வந்தபின் பெண்கள் அனைவரும் வீட்டில் அமர்ந்து பேசிக் கொண்டிருந்தனர். அப்போ-தும் மங்கையர்கரசி, " யாழினி ஏன் இப்படி செய்கிறாள் என தெரி-யவில்லை, உங்கள் மாமா நேற்று இதைப் பற்றியே இரவு புலம்-பிக் கொண்டே இருந்தார்"என இரு மருமகள்களிடமும் கவலையாக கூறினார்.

இதைக் கேட்ட தெய்வா, " அவள் படிக்க ஆசைப்படுகிறாள் அத்தை, வேண்டாம் என்ற பின் இதைப் பற்றி பேசாமல் இருப்பது நல்லது" என்றாள்.

அவள் கூறியதை கேட்ட மங்கையர்கரசிக்கு கோபம் வந்துவிட்டது. தெய்வா யாழினியின் திருமணத்தை நடக்க விடாமல் தடுப்பது போல் நினைத்தார். நல்லவரனை தன் மகளே கெடுக்கிறாளே என நினைத்துக் கொண்டு இருந்தவர் தெய்வா கூறியதைக் கேட்டு தன் ஆற்றாமையை அவளிடம் காட்டினார்.

"என் மகளுக்கு எடுத்து கூறினாள் புரிந்து கொள்வாள், நீ எதுவும் பேசி கெடுத்துவிடாதே, நீயும் படிக்கும்போது தானே திருமணம் செய்தாய்" என்றார்.

"அத்தை, நான் என் அப்பா இதுதான் மாப்பிள்ளை என காட்-டியவுடன் நான் எந்த மறுப்பும் இல்லாமல் சம்மதம் கூறினேன். ஆனால் இங்கு அப்படி இல்லையே" என்றாள்.

"அப்போ என் மகள் எங்கள் சொல் பேச்சை கேட்பதில்லை என கூறுகிறாயா?" என திருப்பி கேட்டார்.

அங்கு நர்மதா வேடிக்கை மட்டும் பார்த்து கொண்டிருந்தாள். யாழி-

னிக்கு விருப்பம் இல்லை எனும் பொழுது இந்த திருமணத்தை பற்றி பேச வேண்டாம் என அவளும் நினைத்தாள். அதை வீட்டில் கூறி வாங்கி கட்டிக் கொள்ள முடியாது என அமைதியாக இருந்தாள்.

மங்கையர்க்கரசியின் பேச்சைக் கேட்டு தெய்வாவிற்கு எரிச்சல் தான் வந்தது. யாழினியின் வாழ்க்கையை நானே கெடுப்பது போல் நினைக்கிறாரே என எண்ணினாள்.

அங்கே இருந்தால் மீண்டும் ஏதாவது பிரச்சனை தான் வரும் என தன்னறைக்கு தெய்வா சென்றாள்.

அன்று மதியம் கடையில் இருந்த கார்த்திகேயனுக்கு தொழில் முறையில் தெரிந்த நபர் அழைத்திருந்தார். அந்த நபர் கூறிய செய்தியை கேட்டுக் கொண்டிருந்தவன் முகம் மெல்ல நிறம் மாறியது. கண்கள் சிவக்க அலைபேசியை இறுகப்பற்று இருந்தான்.

உடனே தன் அண்ணனுக்கு அழைத்து தந்தைக்குத் தெரியாமல் கடையில் இருந்து வெளியே வரக் கூறினான். வந்தவனை தனது வாகனத்தில் ஏற்றுக் கொண்டவன் தொலைபேசியில் வாயிலாக வந்த தகவலை தெரிவித்தான். அதைக் கேட்டவனின் ஆத்திரம் எல்லை மீறியது.

தங்கள் சகோதரி யாழினி யாருக்கும் தெரியாமல் கோவிலில் திருமணம் முடித்துக் கொண்டதை ஒரு நபர் தொலைபேசி வாயிலாக தெரிவித்ததை கேட்டு அடுத்து என்ன செய்வது என தெரியாமல் அவர்கள் நின்று கொண்டிருந்தனர்.

கார்த்திகேயனின் நண்பன் ஒருவர் தங்கள் வீட்டின் அருகே உள்ள கோவிலுக்கு சாமி தரிசனம் செய்ய சென்றிருந்தார். அந்த கோவில் ஊருக்கு வெளியே உள்ளதால் சாதாரண நாட்களில் மக்கள் அதிகமாக வருவதில்லை.

அங்கு அவர் சுடிதார் அணிந்திருந்த பெண் ஒருத்திக்கு ஒருவன் தாலி கட்டுவதை தான் பார்த்தார். அவர்களுடன் இரு ஆண்கள் மட்டுமே இருந்தனர். அதைப் பார்த்தவுடன் தெரிந்தது இது யாருக்கும் தெரியாமல் நடக்கும் காதல் திருமணம் என்று.

சுவாரசியமாக அதை பார்த்துக் கொண்டிருந்தவர் அப்போதுதான் பெண்ணின் முகத்தை நன்றாக கவனித்தார். அது கார்த்திகேயனின் சகோதரி என்ன தெரிந்தது. இப்போது என்ன செய்வது என்று அவருக்குத் தெரியவில்லை.

தான் நேரடியாக அவர்களிடம் போய் எந்த உரிமையில் கேட்பது என நினைத்தார். தன் கைபேசியில் அதை அவர்களை புகைப்படம் எடுத்து எடுத்துக்கொண்டார்.

உடனே கார்த்திகேயனுக்கு அழைத்து அங்கு நடந்ததை கூறினார் தான் எடுத்த புகைப்படத்தையும் அனுப்பி வைத்தார்.

தங்கள் சகோதரி யாருக்கும் தெரியாமல் திருமணம் செய்து கொண்ட புகைப்படத்தை பார்த்து அண்ணன், தம்பி இருவரும் கொதித்தனர். அதுவும் அவள் முகத்தில் இருந்த சந்தோசத்தை பார்த்து இன்னும் கடுப்பானார்கள்.

அவர்கள் நேராக சென்று யாழினி படிக்கும் கல்லூரியில் விசாரித்தனர். அவள் இப்போது அங்கே இருக்க மாட்டாள் என தெரிந்தும் அவளைப் பற்றி தகவல் ஏதாவது கிடைக்காதா என அங்கு சென்றனர். அவளின் தொலைபேசி ஏற்கனவே அணைத்து வைக்கப்பட்டிருந்தது. அவளுடன் இருந்தவன் யார் என்றும் அவர்களுக்கு தெரியவில்லை.

அவர்கள் அங்கு சென்ற பொழுது அவள் இன்று கல்லூரிக்கு வரவில்லை என்ற தகவல் மட்டுமே கிடைத்தது. அவளின் தோழிகளிடம் விசாரித்த போது முதலில் கூற தயங்கியவர்கள் பின் அவள்

காதலைப் பற்றி கூறினர்.

சீனியர் மாணவன் ரவி என்பவனுடன் யாழினிக்கு காதல் ஏற்பட்டுள்ளது. அவர்கள் அந்த கல்லூரியிலேயே காதலர்களாக சுற்றித் திரிந்துள்ளனர். ரவிக்கு சென்ற வருடம் பெங்களூரில் வேலை கிடைத்து அங்கு சென்று விட்டான். ரவியின் வீட்டு முகவரியை தெரிந்து கொண்டு அங்கு சென்றனர்.

இவர்கள் சென்று ரவியின் வீட்டில் விசாரித்த போதுதான் தங்கள் மகன் ஒரு பெண்ணை காதலித்து திருமணம் செய்து கொண்டது அவர்களுக்கு தெரிந்தது. விஷயம் தெரிந்ததும் ரவியின் பெற்றோர்கள் கத்தி கூச்சலிட்டனர். வீட்டின் வெளியே நின்று பேசிக் கொண்டிருந்ததால் அக்கம் பக்கத்தில் உள்ளவர்களும் வந்து விட்டனர்.

ரவியின் அம்மா யாழினியை பற்றியும் அவர்களின் குடும்பத்தை பற்றியும் மரியாதை இல்லாமல் தரக்குறைவாக பேசினார்.

பதிலுக்கு முத்துப்பாண்டி " உங்கள் மகன் செய்தது மட்டும் நல்ல குடும்பத்தில் பிள்ளை செய்யும் செய்யலா?" என்றான். கார்த்திகேயன் அவர்களை அடிக்கப் பாய்ந்தான்.

அருகில் உள்ளவர்கள் தான் அவர்களைத் தடுத்து நிறுத்தினர் நான்கு பேர் அவனைப் பிடித்து இழுத்து வெளியே வந்து விட்டனர். அவர்கள் இருவரும் அவமானமாக அதை உணர்ந்தனர்.

அங்கிருந்து கிளம்பியவர்கள் இந்த விஷயத்தை வீட்டில் எப்படி சொல்வது என தடுமாறினர். யாழினிக்கு பார்த்திருக்கும் மாப்பிள்ளை வீட்டிற்கு என்ன பதில் சொல்வது என அவர்களுக்கு தெரியவில்லை. இதை தந்தையிடம் கடையில் வைத்து கூற முடியாது. அவரை வீட்டிற்கு அழைத்துச் சென்று அங்கு வைத்து கூறலாம் என எண்ணி வாகனத்தை கடைக்குவிட்டனர்.

அங்கே அவர்கள் கண்டது மயக்க நிலையில் இருந்த தந்தையை தான். அதுவே அவருக்கு யாழினியை பற்றிய செய்தி தெரிந்தி-

ருக்கிறது எனக் கூறியது. கடையில் வேலை செய்யும் நபர்கள் கந்தனின் முகத்தில் நீரை தெளித்தும் அவர் அசையவில்லை. விரைந்து செயல்பட்டு அவரை மருத்துவமனையில் அனுமதித்தனர்.

வீட்டினருக்கு தகவல் தெரிவித்து மருத்துவமனைக்கு வர கூறினர். அவரின் நிலையை மருத்துவர்கள் இன்னும் கூறவில்லை. சகோதரர்கள் இருவருக்கும் யாழினி எங்கே இருந்தாலும் அவளை கொல்லும் அளவிற்கு ஆத்திரம் வந்தது.

அனைவரும் மருத்துவமனைக்கு வந்து விட்டனர். அழுது கொண்டே வந்தவரை, " அப்பாவிற்கு ஒன்றுமில்லை, சாதாரண மயக்கம் தான்" என கார்த்திகேயன் கூறியது அவரை சற்று சமன் செய்தது.

தெய்வாவின் அருகே வந்த கார்த்திகேயன், " நீ நீண்ட நேரம் இங்கே இருக்க முடியாது, உன் அம்மா வீட்டிற்கு செல், நாளை வந்து அழைத்து வருகிறேன் " என அந்த நிலையிலும் மனைவியின் நலனை பார்த்தான்.

அதற்கு "பரவாயில்லைங்க, டாக்டர் என்ன சொல்கிறார் எனக்கேட்டு செல்கிறேன்" என்றாள். அவள் அப்போதே தன் தந்தைக்கு தொலைபேசி மூலம் மாமா மருத்துவமனையில் அனுமதித்ததை கூறினாள்.

வீட்டில் யாரும் இல்லாமல் இருந்தால் யாழினி கல்லூரியில் இருந்து வந்தால் வெளியே நிற்பாள் என நினைத்து மகளுக்கு தொலைபேசியில் அழைத்தார். அது ஏற்கனவே அணைத்து வைக்கப்பட்டு இருந்தது. என்ன செய்வது எனத் தெரியாமல் அருகில் இருந்த முத்துப்பாண்டியிடம், " யாழினியை காலேஜ் போய் அழைத்து வா" என கூறினார்.

ஏற்கனவே யாழினி மேல் கோபத்தில் இருந்தவனிடம் அவளை அழைத்து வர சொன்னால் என்ன செய்வான். " ஒருவனுடன் ஓடிப்போனவளே எங்கே போய் அழைத்து வர சொல்கிறீர்கள்" என கோபமாக கேட்டான்.

அங்கிருந்தவர்களுக்கு அவன் கூறியதை முதலில் புரிந்து கொள்ளவே முடியவில்லை. புரிந்த பின் மங்கையர்கரசி, " என் மகளைப் பற்றி என்னடா சொல்கிறாய், அவள் அப்படி எல்லாம் செய்யமாட்டாள், ஏதோ தெரியாமல் நீ பேசுகிறாய்" என அழுதபடி கூறினார்.

கார்த்திகேயன் தான் அங்கு நடந்ததை விளக்கி கூறினான். அவளுக்குத் திருமணம் முடிந்தது ,கல்லூரி சென்ற விசாரித்தது, ரவியின் வீட்டில் நடந்தது என அனைத்தையும் கூறினான். தன் கைபேசியில் உள்ள அவள் திருமணம் செய்த புகைப்படத்தை காண்பித்தான்.

தன்மகள் கழுத்தில் ஒருவன் தாலி கட்டும் படத்தைப் பார்த்து அதிர்ந்து போயிருந்தார். அவரின் கையைப் பிடித்த முத்துப்பாண்டி, " அம்மா, யாழினி விசயம் அப்பாவிற்கு தெரிந்துதான் அவர் முடியாமல் இங்கே படுத்திருக்கிறார்" என கூறினான்.

யாழினி திருமணம் செய்த புகைப்படத்தை நர்மதா பார்த்தவுடன் ரவியை அடையாளம் கண்டு கொண்டாள். உடனே அவள், "இவனை ஏற்கனவே யாழினி உடன் பார்த்திருக்கிறேன், தெய்வாவிற்கு கூட இவனை தெரியும், அன்று கோவிலில் பேசிக்கொண்டனர்" என்றாள்.

தெய்வா, " யாழினி தான் இவனை அறிமுகப்படுத்தினாள். எனக் கூறினாள்.

கார்த்திகேயன் தன் மனைவியை கோபமாக பார்த்தான். அவன் பார்வை அவளுக்கு அச்சத்தை ஏற்படுத்தியது.

மீண்டும் நர்மதா, " இன்று காலையில் கூட யாழினி அறையில்தான் நீ ரொம்ப நேரம் இருந்தாய், உன்னிடம் அவள் இரவுக்குள் தெரிந்து விடும் என்றாள், அப்படி என்றால் உனக்கு அவள் ஓடிப் போவது ஏற்கனவே தெரியும் தானே? " என கேட்டாள்.

முத்துப்பாண்டி தெய்வாவை பார்த்து, " நர்மதா சொல்வது உண்-

மையா?" எனக் கேட்டான்.

தெய்வா," மாமா எனக்கு எதுவும் தெரியாது" என்றாள்.

" உனக்கு ஏற்கனவே யாழினி காதலிக்கும் விஷயம் தெரிந்திருக்கிறது. அதனால் தான் காலையில் கூட திருமணத்தை நிறுத்த கூறினாய், இந்த வீட்டு மருமகளாக இருந்து கொண்டு ஏன் இப்படி செய்தாய்" என தெய்வாவை பார்த்து மங்கையர்கரசி கேட்டார்.

இருவரும் தன் மீது தேவையில்லாமல் பழி சொல்வதை தெய்வாவினால் கேட்கமுடியவில்லை. அவர்களுக்கு தன் மீது அப்படி என்ன கோபம் என அவர்களைத்தான் பார்த்துக் கொண்டிருந்தாள்.

அங்கிருந்தவர்கள் பேசுவதைக் கேட்டுக் கொண்டிருந்த கார்த்திகேயன் திடீரென கை நீட்டி தெய்வாவை அடித்திருந்தான். எதிர்ப்பாராமல் விழுந்த அடியால் கீழே விழ பார்த்தாள். அருகில் இருந்த நர்மதா தான் அவளைத் தாங்கிப் பிடித்துக் கொண்டாள்.

கணவன் தன்னை அடித்தான் என்பதை அவளால் நம்பக் கூட முடியவில்லை. தெய்வாவின் இரு கைகளும் அவள் வயிற்றை தாங்கிப் பிடித்துக் கொண்டிருந்தது. கீழே விழுந்து இருந்தால் குழந்தைக்கு என்னவாகி இருக்கும் நினைக்கவே அவளுக்கு பயமாக இருந்தது.

ஆனால், எதிரே உள்ளவனுக்கு அது எதுவும் இல்லை. கண்கள் இடுங்க ஒரு விரோதியை பார்ப்பது போல் பார்த்தான். அந்தப் பார்வையை அவளைக் கொன்றது.

அவளிடம்," இந்த திருமணத்தை நிறுத்தக் கூறினாயா?"" எனக் கேட்டான்.

அதற்கு "ஆம்" என தலையை அசைத்தாள்.

நர்மதா கோபமாக, " யாழினி காதலிக்கும் விஷயத்தை நீ வீட்டில் தெரிவித்திருக்க வேண்டும், ஏன் மறைத்தாய்" என்றாள்.

அங்கு நடப்பதை பார்க்கும் பொழுது இவர்கள் யாரும் என்னை நம்ப மாட்டார்கள் எனத் தோன்றியது. உண்மையில், யாழினி அவனை அறிமுகம் செய்து வைத்த போதும் சரி, முதல் நாள் வீட்டினரிடம் திருமணம் வேண்டாம் என யாழினி கூறிய போதும் சரி அவள் காதல் என்று வந்து நிற்கப் போகிறாள் என நினைத்-தாள்.

கணவனிடம் இதைப் பற்றி பேசலாம் என்றால் உண்மை தெரியாமல் பேச முடியாது. அதனால் தான் காலை யாழினியிடம் பேச சென்-றாள். அவளும் படிப்பு மட்டும்தான் முக்கியம் என்பது போலத்தான் பேசினாள். அதனால் தான் தெய்வா யாழினி படிக்க விரும்புவதாக எண்ணி திருமணத்தை நிறுத்த கூறினாள்.

அவள் கூறியது அவளுக்கு எதிராக திரும்பும் என்று அவள் நினைக்கவில்லை. எனக்கு சந்தேகம் வந்த போது கணவனிடம் தெரிவித்திருக்க வேண்டும் என நினைத்தாள்.

தெய்வா," யாழினி என்னி...." என எதையோ கூற வந்தவள், கார்த்திகேயனின் " வாயை மூடு, தெய்வா" என்ற வார்த்தையில் நின்றது.

அவளுக்கு அங்கு இருக்க கூட பிடிக்கவில்லை. மாமனார் இந்த நிலையில் இருக்கும்பொழுது வீட்டிற்கும் செல்லவும் முடியாது. அந்த வளாகத்தில் சற்று தள்ளி இருந்து இருக்கையில் சென்று அமர்ந்தாள்.

மங்கையர்க்கரசியின் இருபுறமும் அவர் மகன்கள் அமர்ந்திருந்-தனர். யாழினியின் செயல், தந்தையின் உடல்நிலை என அந்த குடும்பத்தை புரட்டி போட்டது. தற்போது அவர்களுக்கு கந்தன் நலமுடன் திரும்பி வந்தால் போதும் என்று இருந்தது.

யாழினியை அவர்கள் ஒன்றும் தெரியாத அப்பாவிப் பெண் என நினைத்திருந்தனர். அவள் வீட்டிலே யாருக்கும் தெரியாமல் போன்

மூலமாகவே அவனிடம் பேசி இருக்கிறாள். அவள் வீட்டில் காத-லிப்பதை கூறி இருந்தால் கூட அவர்களின் திருமணத்தை நடத்த முயற்சி எடுத்திருப்பார்கள்.

ஆனால், அவளை யாருக்கும் தெரியாமல் ஓடி சென்றாள். இந்த அளவுக்கு தைரியம் அவளுக்கு எங்கிருந்து வந்தது என்று தான் தெரியவில்லை.

தெய்வாவிற்கு கணவன் தன்னை அடித்ததை விட குழந்தைக்கு எதுவும் ஆகி இருந்தால் என்ன செய்ய முடியும் என்ற கவலை தான் அதிகம் இருந்தது. அப்போதுதான் ஒன்றை கவனித்தாள். கணவன் தன்னை அடிக்கும் பொழுது அங்கிருந்தவர்கள் யாரும் தடுக்கவில்லை, ஏன் என்று கூட கேள்வி கேட்கவில்லை.

கந்தன் அனுமதிக்கப்பட்டிருந்த அறையில் இருந்து வெளியே வந்த மருத்துவர் அவருக்கு அதிர்ச்சியினால் ஏற்பட்ட மயக்கம் என்றார். தற்போது அவர் நலமாக இருப்பதாக கூறினார். அதைக் கேட்ட பின்னல் தான் அவர்களுக்கு நிம்மதியாக இருந்தது.

செவிலியர் வந்து கந்தனை பார்க்கலாம் என்று சொன்ன பிறகு ஒவ்வொருவராக பார்த்து வந்தனர். மங்கையர்க்கரசி, தெய்வாவை பார்க்க அனுமதிக்கவில்லை. அதை ஆமோதிப்பது போல் அனை-வரும் இருந்தனர்.

கந்தனைப் பார்க்க சென்ற பொழுது யாழினி செய்ததை நினைத்து மிகவும் வருந்தினார். இனி அவள் பேச்சை விட்டு விடுங்கள் என மகன்கள் கூறினர்.

சற்று நேரத்திலேயே தெய்வாவின் பெற்றோர் அங்கு வந்து விட்-டனர். அவர்கள் வந்து பார்த்த பொழுது தெய்வாவின் கன்னத்தில் அடித்ததற்கான கைத்தடம் இருந்தது. அதைப் பார்த்து பதறிய குமுதா என்னவென்று விசாரித்தார். தெய்வா வாயை திறந்து எது-வும் பேசவில்லை.

மங்கையர்க்கரசி தான் சற்றுமுன் இங்கு நடந்ததை கோபமாக கூறி-

னார்.

இதைக் கேட்டு சந்திரன், "என் மகள் இப்படி ஒரு நாளும் செய்திருக்க மாட்டாள், நீங்கள் தவறாக புரிந்து கொண்டிருக்கிறீர்கள்" என்றார்.

அதைக் கேட்டு தெய்வாவிற்கு கண்களில் கண்ணீர் வடிந்தது. குமுதா யாரிடமும் பேசாமல் அவளின் கையைப் பிடித்துக் கொண்டு அமந்திருந்தார்.

சந்திரன்தான் அவரை அழைத்துச் சென்று கந்தனை பார்த்து வந்தார். மகள் இன்னும் சாப்பிடாமல் இருக்கிறாள் என்று குமுதா அவளை சாப்பிட அழைத்துச் சென்றார்.

அந்த நேரம் சந்திரா தன் அண்ணனை பார்க்க மருத்துவமனைக்கு வந்திருந்தார். அவர் இங்கு வரும் முன்பே யாழினி விஷயம் தெரிந்திருந்தது. அவர் மங்கையர்கரசியை பார்த்து " உன் மகளால் தான் என் அண்ணனுக்கு இப்படி ஆகிவிட்டது, நீ என்ன பிள்ளை வளர்த்திருக்கிறாய்?" என திட்டினார்.

வேகமாக வந்த முத்துப்பாண்டி " அவள் அப்படி செய்ததற்கு அம்மா என்ன செய்வார்கள்" என தன் அத்தையிடம் ஆரம்பித்து " உன் அம்மாவை அழைத்துக் கொண்டு கிளம்பு" என மனைவியிடம் முடித்தான்.

இதற்கு மேலும் பேசாமல் இருந்தால் தவறாகி விடும் என நினைத்த நர்மதா ," அம்மா கொஞ்சம் அமைதியாக இருங்கள்" எனக்கு கூறி ஒரு இருக்கையில் அமர வைத்தாள்.

சந்திரவை போல தான் ஊரில் உள்ளவர்கள் தன் வளர்ப்பு தவறாக பேசுவார்கள். அவளை ஒற்றைப் பெண் எனக்கருதி கேட்டதையெல்லாம் வாங்கி கொடுத்தாரே அவள் அப்பா. அவரை இப்படி படுக்க வைத்து விட்டாலே நான் என்ன செய்வேன் என மங்கையர்க்கரசி நினைத்தார்.

தந்தை நலமாக இருப்பதால் அங்கிருந்தவர்களை வீட்டிற்கு கிளம்ப சொன்னான் முத்துப்பாண்டி. அங்கிருந்த குமுதா தெய்வானை தங்களுடன் வீட்டிற்கு வருமாறு அழைத்தார். சந்திரன் தான் இந்த மாதிரி சூழ்நிலையில் அவள் அவர்கள் வீட்டில் இருப்பதுதான் நல்லது என்றார்.

முத்துப் பாண்டியனும், கார்த்திகேயனும் மருத்துவமனையிலேயே இருப்பதாக கூறி அனைவரையும் வீட்டிற்கு அனுப்பினர். இங்கேயே இருக்கிறேன் என்ற மங்கையர்க்கரசியை வற்புறுத்தி அனுப்பி வைத்தனர்.

அங்கிருந்து செல்லும் முன் கார்த்திகேயன், தெய்வா இருவரும் ஒருவர் முகத்தை மற்றவர் பார்க்கவில்லை. முத்துப்பாண்டி அனைவரையும் வீட்டில் விட்டு வந்தான்.

இரண்டு நாள் மருத்துவமனையில் இருந்து கந்தன் வீடு திரும்பினார். முத்துப்பாண்டியனாவது வீட்டிற்கு வந்து குளித்து சென்றான். ஆனால் கார்த்திகேயன் எதற்கும் இந்தப் பக்கம் வரவில்லை.

கந்தன் வீட்டிற்கு வந்ததும் அவர்கள் வீட்டின் அருகில் உள்ளோர் அவரைப் பார்க்க வந்தனர். அதில் ஒரு சிலர் யாழினி பற்றி பேசினர். தந்தையை வைத்துக் கொண்டே இதைப் பேசியது பிடிக்காமல் அவர் ஓய்வெடுக்க வேண்டும் எனக் கூறி அவரின் அறைக்கு அழைத்துச் சென்று விட்டான்.

வெளியே வந்தவன் அங்கிருந்தவர்களிடம் "ஓடி போனவளை பற்றி இங்கு யாரும் பேசிக் கொண்டு வர வேண்டாம்" என கோபமாக கூறினான். அவர்கள் சலசலப்புடன் இடத்தை காலி செய்தனர்.

அங்கு ஹாலில் சிரித்துக் கொண்டிருக்கும் யாழினியின் புகைப்படத்தை பார்த்தவன் அதைக் கையில் எடுத்து வீட்டின் வெளியே தூக்கி வீசினான். அவனின் கோபத்தை உணர்ந்த வீட்டினர் எதுவும் சொல்லவில்லை.

தன் அன்னையிடம் மட்டும் "கடைக்கு போகிறேன்" என கூறி

சென்றான். தெய்வா கணவனை நினைத்து கவலை கொண்டாள். அவன் சாப்பிடாமல் கடைக்கு கிளம்பி சென்று இருந்தார்.

இரு நாட்களாக அந்த வீட்டினர் தெய்வாவிடம் சரியாக பேசவில்லை. கணவனுக்கு என்ன நடந்தது எனக் கூறினால் புரிந்து கொள்வான் என நினைத்தாள்.

இரவு கார்த்திகேயன் வீட்டிற்கு வர மணி பத்துக்கு மேல் ஆகியது. அவளுக்கு இப்போது சீக்கிரம் பசி எடுக்கிறது. அதனால், எட்டு மணிக்கு அவள் சாப்பிட்டு விட்டாள். வீட்டிற்கு வந்தவன் அவளைப் காணாதது போல் சென்றான்.

அவள் தான் அவனிடம் சென்று சாப்பிட அழைத்தாள். அவளைப் பார்க்காமலே வெளியே சாப்பிட்டு விட்டேன் என கூறி தந்தையைப் பார்க்க அவர் அறைக்கு சென்றான். இவள் சமையலறையை ஒதுங்க வைத்து இருவருக்கும் பால் எடுத்துக்கொண்டு தங்கள் அறைக்கு சென்றாள்.

தங்கள் அறைக்கு வந்து அவள் பாலை அருந்தி கொண்டிருக்கும் பொழுது உள்ளே நுழைந்தான். இலகுவான உடைக்கு மாறியவன் அங்கிருந்த பாலை எடுத்து அருந்தினான்.

வந்ததிலிருந்து இங்கு ஒருத்தி இருக்கிறார் என்ற எண்ணம் இல்லாமல் நடந்து கொண்டு இருந்தவனை பார்க்க அவளுக்கு கோபம் வந்தது. கணவனிடம் பேச வேண்டும் என அமைதியாக சென்றாள்.

தெய்வா அவனிடம், "என்னங்க, அன்று கோவிலில் யாழினி அந்தப் பையனுடன் பேசிக்கொண்டு இருக்கும் பொழுது நான் சற்று தள்ளி தான் இருந்தேன், இருவரும் ரொம்ப நேரமாக பேசுவது சரி இல்லை என நான் தான் அவர்கள் அருகில் சென்றேன், அப்போது அவள் அவனை என் சீனியர் என்று தான் என்று அறிமுகம் செய்து வைத்தால், நான் வேறு எதுவும் பேசவில்லை"என கணவனிடம் சொல்லி விடும் நோக்கத்தில் வேகமாக கூறினாள்.

அவள் பேசியது எதுவும் கேட்காதது போல் அவன் கைபேசியில் மூழ்கி இருந்தான். மேலும் அவள், "அன்று காலையில் கூட யாழி-னியிடம் அவளுக்கு வந்த வரனை பற்றி பேச தான் சென்றேன்" எனக்கு கூறினாள். அதற்கும் அவன் செவி சாய்க்கவில்லை.

கட்டிடில் சாய்ந்திருந்தவனிடம் இருந்து கைபேசியை பறித்தாவள் கோபமாக அவனிடம்" நான் பேசிக் கொண்டிருக்கிறேன், நீங்கள் எதுவும் பேசாமல் இருந்தால் எப்படி" என குரலை சற்று உயர்த்தி பேசினாள்.

அவள் தன் கைபேசியை பறித்த போதே கோபம் அடைந்தவன் அவள் சத்தத்தில் இன்னும் அதிகமாக கோபம் அடைந்தார். அதில், " உன் தங்கச்சி ரோட்டில் நின்று ஒருவனுடன் பேசிக் கொண்டிருந்தால் நீ இப்படித்தான் வருவாயா?" என கேட்டான்.

"என் தங்கச்சி அப்படி செய்ய மாட்டாள், நாங்களும் அவளை அப்படி வளர்க்கவில்லை" என பதில் தந்தாள்.

" நாங்கள் வளர்த்த முறை தவறு என்கிறாயா?" என உறுமினான்.

அதற்கு அசராமல், " நான் அப்படி செல்லவில்லை, நீங்கள் கேட்-டதற்கு தான் நான் பதில் கூறினேன்" என்றாள். மேலும்," யாழினி செய்ததற்கு என்னிடம் ஏன் கோபப்படுகிறீர்கள்" என்றாள்.

"அவர்களை கோவிலில் பார்த்த அன்றே என்னிடம் கூறியிருந்தால், இன்று இந்த பிரச்சனை வந்திருக்காது, இப்போது அவமானம் யாருக்கு எங்களுக்கு தானே, வெளியே போகக்கூட முடியவில்லை, ஒவ்வொருத்தனும் பார்க்கும்போது அப்படியே அசிங்கமாக இருக்கி-றது" என்று தலையை கைகளில் தாங்கிகொண்டு அமர்ந்தன்.

அவன் கையைத் தொட்டு" இதையே நினைக்காதீர்கள்" என்றாள்.

அவன் ஆவேசமாக கையை உதறி," எப்படி நினைக்காமல் இருக்க சொல்கிறாய், நீயே நாங்கள் வளர்த்த விதத்தை தவறாக கூறுகி-

றாய், வெளியே உள்ளவர்கள் என்ன நினைப்பார்கள்" என்றான். பின்னர் அவன் முகத்தை கையால் மறைத்துக் கொண்டு படுத்-தான்.

தெய்வா அவனையே பார்த்துக் கொண்டிருந்தாள். இனி அவனிடம் இதைப் பற்றி பேசுவது வீண் என எண்ணினாள். நாம் ஒரு அர்த்-தத்தில் பேச அதற்கு இவர் ஒரு அர்த்தம் தருகிறாரே என எண்ணி அவளும் தன் இடத்தில் படுத்துக்கொண்டாள்.

கார்த்திகேயன் நீண்ட நேரம் தூக்கம் வராமல் புரண்டு கொண்டி-ருந்தான். அதனால் தெய்வாவும் தூங்கவில்லை. என்ன நினைத்-தானோ தெரியவில்லை, மெத்தையில் இருந்து எழுந்தவன் அங்கி-ருந்த இருக்கையில் அமர்ந்து கொண்டான். அதைப் பார்த்தவர்ள் என்னுடன் படுக்க முடியாமல் எழுந்து சென்று விட்டார். என்னை அவ்வளவு வெறுத்து விட்டாரா தன் கணவன் என நினைத்ததாள்.

உண்மையில் கட்டிலில் படித்திருந்தவனுக்கு மனைவியின் வயிற்றில் உள்ள குழந்தையைத் தொட ஆசையாக இருந்தது. இன்று அவள் தங்கள் வளரப்பை பற்றி பேசியது அவனுக்கு பிடிக்கவில்லை. அருகே படுத்திருந்ததால் அவளை அனைக்க தோன்றுகிறது என எண்ணி எழுந்து சென்றான்.

இது அவன் மனைவிக்கு தெரியாதே. அவளுடன் ஒரே இடத்தில் படுக்க முடியாமல் எழுந்து செல்பவனை என்ன நினைப்பால் என்-பதை அவனும் உணரவில்லை.

மறுநாள் காலை எழுந்த தெய்வா எப்போதும் போல தன் வேலை-களை செய்தாள். நேற்று கணவன் நடந்து கொண்டது பிடிக்க-வில்லை என்றாலும் இந்த வீட்டின் உள்ளவர்களுக்கும் முன் தங்-கள் பிரச்சனையை காட்டிக் கொள்ளாமல் இருக்க முயற்சித்தாள். அவனும் அவ்வாறே இருந்தான்.

அவள் தேநீர் தந்த போதும், உணவு பரிமாறும் போதும் என அவள் முகம் பார்க்காமலே இருந்தான். அவன் கடைக்குச் செல்வதை கவனித்தவள் அவனுடனே வெளியே வந்தாள். தினமும் காலை

இருவரும் ஒன்றாக தான் கடைக்கு செல்வது வழக்கம்.

எப்போதும்போல் அவள் வெளியே வருவதை கவனித்தவன் அவளிடம், " இனி நீ கடைக்கு வர வேண்டாம்" எனக்கூறி நிற்காமல் சென்றான்.

இதைக் கேட்டவளுக்கு கண்களில் இருந்து கண்ணீர் வந்தது. அதை கட்டுப்படுத்திக் கொண்டு தங்கள் அறைக்கு வந்தாள். நல்ல வேலையாக அவன் பேசிய பொழுது அங்கு யாரும் இல்லை.

அறைக்கு வந்தவள் இரு நாட்களாக கணவன் தன்னிடம் நடந்து கொண்டதை நினைத்துப் பார்த்தாள். இதற்கு மேல் யாரும் நம்மை அசிங்கப்படுத்த முடியாது. தவறு செய்யாத நான் எதற்கு பழியையும், பேச்சையும் கேட்க வேண்டும்.

அவர்கள் வீட்டுப் பெண் காதலித்து சென்றதற்கு உதாரணமாக என் தங்கையை பேசுவது சரியா? என நினைத்தாள்.

நான் அவர் பேசும் பேச்சுக்களை கேட்டுக் கொண்டு இந்த வீட்டிலேயே இருக்க நினைக்கிறார். இந்த வீட்டில் உள்ள பெண்களும் நம்மை எதிரியைப் போல பார்க்கின்றனர். நாள் முழுதும் இங்கேயும் இருக்க முடியாது. அவர் கடைக்கு அழைத்துச் செல்லாமல் போனால் என்ன? நாம் அப்பாவின் கடைக்குச் செல்லலாம் என முடிவெடுத்தாள்.

கீழே சென்றவள் தன் மாமியாரிடம், தன் அப்பாவின் கடைக்கு செல்வதாக கூறினாள். அதற்கு அவர் வேண்டா வெறுப்பாக சரி என்றார். தந்தைக்கு அழைத்து அவர் வண்டியை அனுப்பக்கூறியவள் அந்த வண்டியில் டிரைவருடன் கடைக்குச் சென்றாள்.

தங்கள் துணிக்கடைக்குச் சென்றவளை வேலை இழுத்துக் கொண்டது. மேற்பார்வை செய்து, செய்ய வேண்டிய திருத்தங்களை கடை ஊழியர்களிடம் கூறினாள்.

மகள் முகம் தெளிவில்லாமல் இருப்பதை கண்ட சந்திரன் அவளி-

டம் எதுவும் கேட்கவில்லை. மருமகன் இல்லாமல் அவள் மட்டும் தனியே வந்தது அவருக்கு உறுத்தியது. அவர்களுக்கிடையேயான பிரச்சனை இன்னும் சரியாகவில்லை என நினைத்தார்.

மதியம் கணவன் வருவதற்கு முன்பே வீட்டிற்கு வந்தவளுக்கு லேசாக பதி எடுத்தது. மங்கையர்க்கரசி சமைத்ததை எடுத்து உண்டவள் தங்கள் அறைக்கு வந்ததும் உறங்கினாள்.

வீட்டிற்கு வந்த கார்த்திகேயன் மனைவி அங்கு இல்லாததை கண்டு தன் அம்மாவிடம் அவள் எங்கே என கேட்டான். அவள் ஏற்கனவே சாப்பிட்டுவிட்டு அறைக்கு சென்றதைக் கூறினார். மேலும் இன்று அவளின் தந்தையின் கடைக்கு சென்றதையும் கூறினார்.

சாப்பிட அமர்ந்தவனுக்கு பரிமாற வந்தவரை தடுத்து அவனே எடுத்து வைத்துக் கொண்டான். அப்போது அங்கு வந்த தந்தையை பார்க்கும் பொழுது கவலையால் வயது அதிகரித்தது போல் தெரிந்தது. அவரிடம் சிறிது நேரம் பேசிவிட்டு தங்கள் அறைக்கு வந்தான்.

மனைவி உறங்கிக் கொண்டிருப்பதை பார்த்தவன் தன்னிடம் கூறாமலே தனியாக கடத்துச் சென்று வந்ததை எண்ணி கோபம் அடைந்தான்.

திருமணம் முடிந்து மனைவி அவளுடனான தனிமை என சுயநலமாகவே இருந்துள்ளேன். அவன் உறவினர்கள் சிலர் யாழினி பிரச்சனைக்கு பின், திருமண வயதில் பெண்ணை வீட்டில் வைத்துக்கொண்டு மகனுக்கு திருமணம் செய்தால் இப்படித்தான் நடக்கும் என அவன் காதுபடவே பேசினார்.

அவன் திருமணம் முடிந்ததும் தங்கள் அறையை விட்டு வெளியே வந்தால் சகோதரி இருக்கிறாள் என நினைத்து தெய்வா உடன் அனாவசியமாக எதுவும் பேசக்கூட மாட்டான். நாம் யாழினியை சற்று கவனத்திற்கு வேண்டுமோ என வருந்தினான். உறங்குபவளையே பார்த்துக் கொண்டிருந்தவன் பிறகு தங்கள் கடைக்குச் சென்றான்.

ஒரு வாரம் கடந்த நிலையில் இரவு உணவை சமைத்திருந்த தெய்வா தட்டில் இட்லியையும் சட்னியையும் எடுத்து உண்ண தொடங்கினாள். அவளுக்கு இப்போதெல்லாம் அடிக்கடி பசிக்கிறது. வயிற்றில் குழந்தையை சுமப்பவள் நேரம் காலம் பார்க்காமல் உண்டாள்.

அவள் சாப்பிட்டுக் கொண்டிருக்கும்போது வந்த மங்கையர்க்கரசி," அதற்குள் என்ன அவசரமோ" எனக்கு கூறி சென்றார்.

அவர் நம்மைத்தான் பேசுகிறார் என நினைத்தவள் இதை பெரிதாக்க வேண்டாம் என விட்டுவி விட்டாள்.

கணவன் வந்தபின் அவனுக்கு உணவு எடுத்து வைத்தவள் தனக்காக ஒரு ஆப்பிளை நறுக்கிக் கொண்டு உட்கார்ந்தாள்.

அவளிடம் சாப்பிட்டாயா எனக் கூட அவன் கேட்கவில்லை. இப்போதெல்லாம் அவனிடம் இதை அவள் எதிர்பார்ப்பதும் இல்லை. வயிற்றில் உள்ள குழந்தையை பட்டினியுடன் இருக்க வைக்க முடியுமா? அவள் சாப்பிட்டு தானே ஆக வேண்டும்.

அவனும் கவனித்துக் கொண்டுதான் இருக்கிறான். தற்போது அதிகமாக அவள் உணவு எடுத்துக் கொள்வதையும், ஏதாவது பழங்கள் சாப்பிடுவதையும் பார்க்கிறான். அதனால் வீட்டிற்கு வரும் பொழுது இப்பொழுது பழங்கள் வாங்காமல் வருவதில்லை.

இருவருக்கும் பாலை எடுத்தவள் மேலும் ஒரு வாழைப்பழத்தை எடுத்துக்கொண்டு தங்கள் அறைக்குச் சென்றாள். குளியலறைக்கு சென்று அங்கேயே இரவு உடையை மாற்றி வெளியே வந்தாள்.

இப்பொழுதெல்லாம் அவன் அறையில் இருக்கும் பொழுது அவன் முன் உடையை மாற்ற கூடமாட்டாள். அந்த அறையில் இருவருக்குமான பேச்சு என்பது முற்றிலும் இல்லை.

எப்போதும் போல் இருவரும் கட்டிலில் படுத்தனர். அவனுக்கு

முதுகு காட்டி திரும்பி படுத்தவள் தன் வயிற்றில் கை வைத்து குழந்தையுடன் மனதிற்குள் ஏதேதோ பேசிக்கொண்டு உறங்கினாள்.

மனைவியை பார்த்துக் படுத்திருந்தவனுக்கு அவள் எடை கூடி இருப்பது தெரிந்தது. தற்போது குழந்தை வளர்ந்து உள்ளது என மகிழ்ந்தான். குழந்தையை உணர ஆசையாக இருந்தாலும் வீம்புக்கு அதை அவன் செய்யவில்லை.

அவளிடமிருந்து நாம் விலகி இருந்தால் தான் அவள் செய்தது அவளுக்கு தெரியும் என நினைத்தான். ஆனால் அவனுக்கு தெரி-யாதது மனைவி அவனை விட்டு விலகிக் கொண்டே செல்கிறாள் என்பது.

அந்த மாதம் மருத்துவ பரிசோதனைக்காக அவள் செல்ல வேண்டி இருந்தது. இதற்கு கண்டிப்பாக கணவன் தன்னுடன் வருவான் என நினைத்தாள்.

கணவனிடம்," நாளை மருத்துவமனைக்கு செல்ல வேண்டும்" எனக் கூறியதற்கு அவனும், " போகலாம்" என்றதோடு முடித்துக் கொண்-டான்.

முன்பு கார்த்திகேயன் மனைவியுடன் மருத்துவமனைக்கு செல்லும் நாட்களில் அவளை அழைத்து கொண்டு கடைக்கு செல்வான். அங்கிருந்து மருத்துவமனைக்கு செல்வர்.

இன்று அவன் தனியாகவே தான் கடைக்குச் சென்றான். எதுவும் கூறாமல் செல்லும் கணவனை பார்த்தவள், கடையில் வேலையை முடித்து அந்த நேரம் நம்மை அழைத்துச் செல்வார் என நினைத்-தாள்.

நேரம் சென்றும் கணவன் வராததால் அலைபேசியில் அழைத்தாள். அவன் எடுக்கவில்லை. நேரம் செல்வதை உணர்ந்து அவள் மட்டும் போகலாம் என நினைத்தாள் .

மாமியாரிடம்," கணவன் தன்னை அழைக்க இங்கு வந்தால் மருத்துவமனைக்கு வரச் சொல்லுங்கள்" என கூறினாள்.

அருகில் இருந்த நர்மதா," போனில் அழைக்க வேண்டியது தானே" என்றாள்.

அதற்கு தெய்வா, " இல்லை, அவர் எடுக்கவில்லை" எனக் கூறினாள்.

இதைக் கேட்டு இருவரும் தன்னை நக்கலாக பார்ப்பது போல் அவளுக்கு தெரிந்தது. இங்கேயே நின்றால் மேலும் ஏதாவது கேள்வி கேட்பார்கள் என நினைத்து, " நான் கிளம்புகிறேன்" எனக்கு கூறி வீட்டை விட்டு வெளியேறினாள்.

அவள் கிளம்பும் போது மாமியார் அவளிடம் எப்படி செல்வாய் என்று கூட கேட்கவில்லை. தந்தையிடம் கூறினால் அவர் வண்டியை அனுப்பி வைப்பார். பிறகு, " மாப்பிள்ளை எங்கே" என்ற கேள்வியும் வரும் . அதனால் அவருக்கு அழைக்கவில்லை.

வெயிலில் நடந்தவள் இரண்டு தெரு தள்ளி இருந்த ஆட்டோவில் ஏறி மருத்துவமனைக்கு வந்தாள். அங்கு சென்று காத்திருந்த நேரத்தில் கணவனுக்கு அழைப்பு விடுத்தாள். அப்போதும் அவன் அழைப்பை ஏற்கவில்லை.

சிறிது நேரத்திலேயே செவிலியர் வந்து அவளை அழைத்தார். சோதனைகளை முடித்த மருத்துவர் அவளிடம்," கணவர் வரவில்லையா?" எனக் கேட்டார். ஏனென்றால் தெய்வாவை விட அவள் கணவன் தான் எப்போதும் அவரிடம் அவளை நலன்களைப் பற்றி கேட்பான். அதற்கு அவள்," வேலை விஷயமாக வெளியே சென்றுள்ளார்" என கூறினார்.

இந்த மாத பரிசோதனை அறிக்கையில் அவளுக்கு இரத்த அழுத்தம் சற்று உயர்ந்துள்ளதாக மருத்துவர் கூறினார். அதனால் அவள் பின்பற்ற வேண்டிய உணவுமுறைகளை தெரிவித்தார். அதன் மூலம்

ரத்த அழுத்தத்தை சமன் செய்யலாம் என கூறினார்.

தனக்குத் தேவையான மாத்திரைகளை வாங்கியவள் தன் மாமியாருக்கு அழைத்து, அவள் அங்கிருந்து தன் அம்மாவின் வீட்டிற்கு செல்வதாக கூறினாள். ஆட்டோவில் வரும்போது தன் அம்மாவிற்கு தகவல் தெரிவித்திருந்தாள்.

மதிய உணவு நேரத்தில் மகள் வந்ததால் அவளுக்கு உணவை பரிமாறினார். தனியாக வந்ததை பற்றி அவளிடம் எதையும் அவர் கேட்டுக் கொள்ளவில்லை. கணவர் தன்னிடம் ஏற்கனவே இதைப்பற்றி கூறி அவளிடம் எதையும் கேட்க வேண்டாம் என்றிருந்தார். அதனால் அவரும் எதையும் கேட்டுக் கொள்ளவில்லை.

மருத்துவமனையில் என்ன சொன்னார்கள் என அவளிடம் கேட்டதற்கு, " எல்லாம் நார்மலாக இருக்கிறது" என்றாள் .சிறிது நேரம் அம்மாவிடம் அமர்ந்து பேசியவள் தன் அறைக்கு வந்தாள்.

தன் அறைக்கு வந்தபின் இன்று மருத்துவர் ரத்த அழுத்தம் உள்ளதை பற்றி கூறியதுதை எண்ணினாள். அவனிடம் இருந்து இன்னும் ஒரு அழைப்பு கூட வரவில்லை. நம்மிடம் கோபப்பட்டாலும் குழந்தை விஷயத்தில் அவ்வாறு இருக்க மாட்டார் என நினைத்தாள். அவள் நினைப்பை பொய்யாக்கினான்.

தன் மாமியாராவது அவருக்கு அழைத்து தன்னுடன் வரக் கூறி இருக்கலாம். மதிய உணவிற்கு எப்படியும் வீட்டிற்கு வந்திருப்பார் . அப்போதாவது கூறியிருக்கலாம். நாம் மருத்துவமனைக்கு வரும்போது எப்படி போகிறோம் என மாமியார் கவனிக்கக கூட இல்லை. அந்த அளவிற்கு நாம் வேண்டாதவளாக மாறிவிட்டோம் அந்த வீட்டில் என நினைத்தாள்.

எனக்கும் கணவனுக்கும் இடையே உள்ள பிரச்சனையை எண்ணி நம் உடல் நலத்தை நாமே கெடுத்துக் கொண்டுள்ளோம். அதனால் தான் இந்த முறை ரத்த அழுத்தம் ஏற்பட்டுள்ளது. அது குழந்தையையும் பாதிக்கும். இனி இது போலான பிரச்சனைகளை கடந்து வரத்தான் வேண்டும். அதிலேயே மூழ்கி விட முடியாது.

கணவன் எப்போதும் போல் இருக்கிறார். எந்த தவறும் செய்யாத நான் இப்படி உடல்நலத்தை கெடுத்துக் கொண்டுள்ளேன். இனி குழந்தையின் நலனை மட்டும் பார்க்க வேண்டும். அதுதான் நமக்கு முக்கியம் என முடிவெடுத்தவள். பின் அயர்ந்து தூங்கினாள்.

அவள் மாலை எழுந்திருக்கும் பொழுது மணிமொழி உள்ளே நுழைந்தாள். அவளுடன் பேசிமுடித்து கிளம்பும்போது குமுதா அவர்கள் வண்டியில் அவளை அனுப்பி வைத்தார்.

வீட்டிற்குள் அவள் நுழைந்த பொழுது இரவு உணவு சமைத்து இருந்தது. சிறிது நேரம் இருந்தவளுக்கு பசிப்பது போல தோன்றியது. அப்போது நர்மதா மகளுக்கு உணவை ஊட்டிக் கொண்டிருந்தாள். தெய்வா உண்ணும் பொழுது அங்கு வந்த மங்கையர்கரசி, " நீ எந்த வேலையும் செய்வது கிடையாது, ஆனால் நேரத்திற்கு சாப்பிட மட்டும் செய்கிறாய்" நேரடியாகவே கூறிச் சென்றார்.

அவர் அப்படி முகத்திற்கு நேராக சொல்லிச் சென்றது அவளுக்கும் மிகவும் அவமானமாக இருந்தது. அதற்கு மேல் ஒரு வாய் கூட உண்ணவில்லை. உணவை குப்பை வாளியில் கொட்டினாள். பிறகு அங்கு இருக்க முடியாமல் தனது அறைக்கு வந்தாள்.

இன்று மாமியார் நடந்து கொண்ட விதம் நர்மதாவிற்கு கூட பிடிக்கவில்லை. வயிற்றில் பிள்ளையுடன் இருப்பவளை பாதி உணவில் எழ வைத்தது ஒரு மாதிரியாக இருந்தது. ஏன் எனக் கேட்டால் மாமியார் நம்மைத்தான் திட்டுவார் என அமைதியாக இருந்தாள்.

மங்கையர்க்கரசி இன்று யாழினிக்கு பிடித்த சட்னி வைத்திருந்தார். மகள் மட்டும் இங்கே இருந்தால் அதை விரும்பி உண்டிருப்பாள். இப்போது எங்கே எப்படி இருக்கிறாள் என கவலை கொண்டார்.

அந்த நேரம் தெய்வா சாப்பிடுவதை கவனித்தவர். இவள் மட்டும் அன்று நம்மிடம் கூறியிருந்தால் நன்றாக இருந்திருக்குமே என

எண்ணினார். அந்தக் கோபத்தை தெய்வாவிடம் காட்டிச் சென்றார்.

காதலித்து சென்ற மகளை எண்ணி வருந்தியவர் தெய்வா வயிற்றில் இருக்கும் தன் மகனின் குழந்தையை பற்றி எண்ணாமல் போனார்.

கணவனின் வண்டி சத்தம் கேட்ட பின் தெய்வா முகத்தை கழுவிக்கொண்டு கீழே வந்தாள். அவள் முகத்தை ஓரக்கண்ணால் கவனித்தான். அது எப்போதும் போல இருந்தது.

காலையில் மருத்துவமனைக்கு வராமல் இருந்ததற்கு ஏதாவது நம்மிடம் சண்டையிடுவாள் என நினைத்திருந்தான். அப்படி எதுவும் அவள் முகத்தில் தெரியவில்லை.

அவனுக்காக உணவை எடுத்து வைத்தாள். பாலை எடுத்துக் கொண்டு மாடிக்குச் சென்றாள்.

இன்று மருத்துவமனைக்கு அவன் கிளம்பும் நேரம் முத்துப்பாண்டியிடம் இருந்து அழைப்பு வந்தது. அவன் சரக்கு கொள்முதல் செய்ய ஒருவரிடம் முன்பணம் கொடுத்திருந்தான்.அவர் அவனுக்கு சரக்கு அனுப்பவில்லை. அவரிடம் பலமுறை பேசி பார்த்தும் பயனில்லை. இன்று இருவரும் நேரடியாக சென்று பணத்தை வாங்கி வந்தனர்.

அவரிடம் பேசிக் கொண்டிருக்கும் பொழுது தெய்வா

அழைத்தது. போனை சைலண்டில் போட்டுவிட்டு அவரிடம் பேசிக் கொண்டிருந்தான். அதனால் அவளின் அழைப்பை ஏற்கவில்லை.

போன வேலை சீக்கிரம் முடிந்து விடும் எனச் சென்றவன் அது இழுத்துக் கொண்டே சென்றது. மனைவி மருத்துவமனைக்கு செல்லும் நேரம் கடந்த பின்னர்தான் அவருடன் பேசி முடித்தான்.

எப்படியும் அவள் அம்மாவுடன் பரிசோதனைக்கு சென்றிருப்பாள் என அதை விட்டு விட்டான். அவள் அழைப்பை பார்த்தவன் எடுத்து அவளிடம் பேசவில்லை.

அவள் வயிற்றை பார்த்துக் கொண்டிருந்தவன் அவளிடம்," இன்று ஒரு வேலை விஷயமாக வெளியே சென்று விட்டேன்., அதனால் மருத்துவமனைக்கு வர முடியவில்லை" என்றான்.

அதற்கு அவள்," சரி" என்பது போல் தலையை மட்டும் அசைத்து அவனை கண்டுகொள்ளாமல் படுத்துவிட்டாள்.

நம்மிடம் சண்டை போடுவாள் என நினைத்தவன் அவள் அப்படி எதுவும் செய்யாதது அவனுக்கு கோபத்தை ஏற்படுத்தியது.

பாதி இரவில் கண் விழித்த தெய்வாவிற்கு பசி எடுத்தது. அவளுக்கு பசித்த உடன் காரணம் இல்லாமலே கண்ணீர் வடிந்தது.

கீழே சென்றால் சாப்பிட ஏதாவது இருக்கும். ஆனால், அவளுக்கு கீழே செல்ல மனம் இல்லை. நாம் சாப்பிடும் போதும் மங்கையர்க்-கரசி வந்து விட்டால் என்ன செய்வது என நினைத்தாள். அந்த நினைப்பே அவளுக்கு அழுகையை கூட்டியது.

சந்திரன் முதல் நாள் அவளுக்கு பிடிக்கும் என்று ஒரு குறிப்பிட்ட பிஸ்கட் பாக்கெட் இரண்டு வாங்கி தந்திருந்தார். அது அவள் கைப்பையிலேயே இருந்தது. அப்போதுதான் அவளுக்கு அது இருப்பது ஞாபகம் வந்தது. சத்தம் செய்யாமல் எழுந்தவள் அதை பிரித்து உண்டாள்.

மருத்துவமனை சென்று வந்த பின்னர் ரத்த அழுத்தம் அதிகரித்து இருப்பதால் இனி கடைக்குச் செல்லாமல் வீட்டிலேயே இருக்கலாம் என எண்ணினாள். ஆனால், இரவு மாமியார் பேசியதில் இருந்து வீட்டிலேயே இருந்தால் சரி வராது என கடைக்கு கிளம்பினாள்.

எப்போதும் போல காலை உணவை சமைத்தாள். கணவன் அவன் கடைக்கு சென்ற பின்னர் ஆட்டோவில் தந்தையின் கடைக்கு சென்றாள். கிளம்பும்போது மாமியாரிடம் மதியம் அம்மா வீட்டிற்கு செல்கிறேன் என கூறி சென்றாள்.

கடையில் வேலைகளை அதிகம் இழுத்துப் போட்டு பார்க்காமல் இருந்து கொண்டாள். அவளின் தந்தை இடையில் ஏதாவது சாப்பிட வாங்கித் தருவார்.

மதிய உணவு நேரத்தில் எப்போதும் அவள் வீட்டிற்கு செல்பவள் இன்று தந்தையிடம் நம் வீட்டிற்கு செல்கிறேன் என கூறி சென்றாள். இரவு உணவை அம்மா வீட்டிலேயே சாப்பிட்டு சென்றாள்.

இரவு கணவனுக்காக காத்திருந்த போது இரு பைகளில் எதையோ வாங்கிக் கொண்டு வந்தான். ஒன்றை கீழே வைத்தவன் மற்றொன்றை மாடியில் வைத்து வந்தான்.

அவர்கள் அறையில் இருந்த பையை காண்பித்து தெய்வாவிடம் " அதில் ஸ்னாக்ஸ் இருக்கிறது எடுத்து சாப்பிடு" என்றான். அவளும், சரி என்பது போல் தலையை மட்டும் அசைத்தாள்.

இப்போதெல்லாம் அவன் பேசுவதற்கு அவள் பதில் கூட சொல்வதில்லை. அது அவனுக்கு அவள் மேல் எரிச்சலை அதிகபடுத்தியது.

கணவன் அவளுக்கு பாதாம், பிஸ்தா, முந்திரி, பேரிச்சம்பழம் போன்றவற்றை வாங்கி வந்திருந்தான். ஆனால், அவள் நேற்று போல் இன்றும் இரவு பசித்தால் என்ன செய்ய என வரும் வழியிலே பிரட்டும், அவளுக்கு பிடித்த பிளேவரில் ஜாமும் வாங்கி வந்திருந்தாள்.

அதிகாலையில் அவளுக்கு பசி எடுத்த போது அவள் வாங்கி வந்ததைத் தான் உண்டால். கணவன் வாங்கித் தந்ததை அவள் தொட கூட இல்லை.

அன்று மாமியார் பேசியதிலிருந்து தெய்வா சாப்பிடும் பொழுது குறைவாகவே சாப்பிடுவது போல் நர்மதாவிற்கு தெரிந்தது. நாம் யாழினி விஷயத்தில் தேவையில்லாமல் தெய்வாவை இழுக்காமல்

இருந்திருந்தால் அவளுக்கு பிரச்சனை வந்திருக்காது.

கார்த்திகேயன் அவளிடம் சரியாக பேசாதது, அவளைக் கடைக்கு அழைத்துச் செல்லாதது, மாமியார் அவளை நடத்தும் விதம் என அனைத்தையும் அவள் பார்த்துக் கொண்டு தான் இருக்கிறாள்.

யாழினி செய்ததற்கு தேவையில்லாமல் இவளுக்கு பிரச்சனை. அதற்கு நாமே காரணமாகி விட்டோம். நம்மால் தான் அவள் கஷ்டப்படுகிறாள் என நினைத்தாள்.

நர்மதா தெய்வாவிடம்," உனக்கு என்ன சாப்பிட பிடிக்கும்? நான் செய்து தருகிறேன், இப்போதெல்லாம் சரியாக சாப்பிடாமல் இருக்கிறாய்" என்றாள்.

அதைக் கேட்டு, நம்மீது என்ன திடீர் கரிசனம் என நினைத்த தெய்வா, " என்னால் இவ்வளவு தான் சாப்பிட முடிகிறது, இதுவே போதும் அக்கா" என்றாள்.

தற்போது கந்தன் தங்கள் கடைக்கு சென்று வருகிறார். வீட்டில் உள்ள மற்றவர்களை போல் இல்லாமல் அவர் யாழினி விஷயத்தில் தெளிவாக இருந்தார்.

யாழினி செய்த செயலுக்கு தெய்வாவை எப்படி குற்றம் சுமத்தலாம் என மனைவியை கண்டித்தார். “ஒரு நாள் கோவிலுக்கு கூட சென்றதால் தெய்வாவிற்கு அனைத்தும் தெரியுமா ” என கேட்டார்.

கார்த்திகேயனை அழைத்துப் பேசியவர், “யாழினி செய்ததற்கு உன் வாழ்க்கையை நீயே கெடுத்து கொள்ளாதே” என்று கூறினார். மேலும் அவர், " “இதே வேறு பெண்ணாக இருந்திருந்தால் நீங்கள் நடந்து கொண்டதற்கு பெற்றோரிடம் கூறி பெரிய பிரச்சனையே செய்து இருப்பாள்" என்றார்.

தந்தை கூறியதற்குப் பின் யோசித்தவனுக்கு நாம் ஏன் ஒரு நாள் கூட அவள் இதை செய்திருக்க மாட்டாள் என நினைக்கவில்லை என எண்ணினான்.

அவனுக்குத் தெரிந்தவரையில் மனைவி பிறரின் தனிப்பட்ட விஷ-யங்களை தலையிட மாட்டாள். தவறு என தெரிந்தால் கூட அதை செய்யமாட்டாள். அப்படிப்பட்டவளை ஏன் அடித்தோம்.

அன்று கூட மணிமொழியை பற்றிய பேசிய பிறகுதான் அவள் யாழினி பற்றி பேசினாள். அவளாக எதுவும் பேசவில்லை.

அப்பா கூறியது போல் என் வாழ்க்கையை நானே கெடுக்கிறேனா? இதை எப்படி சரி செய்வது என யோசித்தான். அவளிடம் சென்று "என்னை மன்னித்துவிடு"என கூறினால் என்னை "மன்னிப்பாளா" கண்டிப்பாக அப்படி செய்ய வாய்ப்பில்லை. கொஞ்சம் கொஞ்சமா-கத் தான் புரிய வைக்க முடியும் என நினைத்தான். இவன் புரிய வைத்தால் அவள் ஏற்றுக் கொள்வாளா?.

இரவு வந்த கணவன் அவளிடம்," நீ சாப்பிட்டாயா" எனக் கேட்-டான்.

நீண்ட நாட்களுக்குப் பிறகு இதை கணவரிடம் இருந்து கேட்-கிறாள்." என்ன சாப்பிட்டாயா என கேட்கிறார்" என்பது போல பார்த்து வைத்தாள்.

" கேட்டதற்கு பதில் கூற வேண்டியது தானே" என்றான்.

அவள் அதற்கும் பதில் பேசாமல் அவனை குற்றம் சாட்டுவது போல் பார்த்து வைத்தாள்.

அவனுக்கான பாலை எடுத்து கொண்டு தங்கள் அறைக்கு வந்-தாள். அவள் பின்னே கையில் பழங்களுடன் அவன் வந்தான். அவள் எப்போதும் போல குளியலறையில் இரவு உடையை மாற்றி வந்தாள்.

அதைப் பார்த்து," நீ ஏன் இப்போதெல்லாம் இங்கேயே டிரஸ் மாற்-

றுவது இல்லை" எனக் கேட்டான்.

பதில் சொல்லாமல் சென்றவளிடம் "பதில் சொல்லிவிட்டு போ" என்றான்.

அவனைப் பார்த்து," உங்களுக்கு முன் எனக்கு டிரஸ் மாற்ற பிடிக்கவில்லை" என கோபமாக கூறினாள்.

அதைக் கேட்டு கோபப்படுவான் என பார்த்தால் அதற்கு மாறாக அவளை ஒரு மாதிரி தினுசாக பார்த்து சிரித்து வைத்தான்.

அந்த பார்வைக்கு அர்த்தம் புரிந்தவள் கையில் கிடைத்த தலையணையை துக்கி அவன் மேல் எறிந்தாள். அதை சிரிப்புடனே பிடித்தான்.

அவனுக்கு மட்டும் பால் இருப்பதைக் கண்டு ," உனக்கு பால் எடுத்து வரவில்லையா" என கேட்டான்.

" எனக்கு வேண்டாம்" எனக் கூறினாள். அவன் குடித்து மீதம் இருந்த பாலை மனைவியிடம் தந்தான். அதை அவள் வாங்க மறுத்தாள். அவள் வாயில் வைத்து குடி என அழுத்தினான். அப்போதும் அவள் வாயை திறக்காமல் உதடுகளை இருக்க மூடிக்கொண்டாள். அதனால், அவளை பார்த்து கொண்டே மீதமுள்ள பாலை வாயில் சரித்தான்.

அவன் வாங்கி வைத்திருந்த ஸ்னாக்ஸ் பை பிரிக்கப்படாமல் அப்படியே இருந்தது. அந்தப் பையை காண்பித்து "இதை ஏன் சாப்பிடாமல் வைத்திருக்கிறாய்" எனக் கேட்டான்.

" எனக்கு சாப்பிட தோன்றவில்லை" என்றாள். இவளை என்ன செய்வது என நினைத்து அவள் தலையை நிமிர்த்தி அவனைப் பார்க்க வைத்தான்.

அதற்கு அவன் கையை தட்டி விட்டவள், " உங்கள் இஷ்டத்துக்கு என்னை அடிப்பீர்கள், பேசாதே என்று சொல்வீர்கள் அதையெல்-

லாம் மறந்துவிட்டு நீங்கள் பேசியதும் நானும் பேச வேண்டுமோ" என அவனைப் பார்த்து கேட்டாள்.

"ப்ளீஸ் டி, போதும் நான் தான் தவறாக நடந்து கொண்டேன். இனி அப்படி செய்ய மாட்டேன் சாரி டி " என்றான். இருவரும் அதற்க்கு மேல் எதுவும் பேசாமல் படுத்தனர்.

சிறிது நேரம் சென்றதும் அவளின் நைட்டியை உயர்த்தினான். அவன் அப்படி செய்யவும் வேகமாக எழுந்து" என்ன செய்றீங்க" என கோபமாக அதைத் தடுத்தாள்.

" நான் பாப்பாவை தொட்டு ரொம்ப நாள் ஆகிவிட்டது, பாப்பாவை தொட வேண்டும், வேறு எதுவும் இல்லை" என்றான்.

அதற்குமேல் அவனைத் தடுக்க தோன்றாமல் அமைதியாக கண் மூடினாள். நீண்ட நாட்களுக்குப் பின் அவன் குழந்தையை உணர்கிறான். இருவரும் எதுவும் பேசிக் கொள்ளாமல் அந்த நேரத்தை அமைதியாக கடந்தனர்.

நல்ல உறக்கத்தில் இருந்த கார்த்திகேயனுக்கு மனைவி எழுத்து கொள்வது தெரிந்தது. அவன் "என்ன" என கேட்டதற்கு அவள் பதில் எதுவும் கூறவில்லை.

எப்போதும் போல பிஸ்கட் பாக்கெட்டை கையில் எடுத்து அமர்ந்தாள். அதைப் பார்த்தவன்," அதை வை, பழம் நறுக்கி தருகிறேன்" என எழுந்தான்.

" வேண்டாம், எனக்கு இதுதான் பிடித்திருக்கிறது, இதுவே போதும்" என சாப்பிட்டாள்.

அதைப் பார்த்து அவனால் பல்லை கடிக்க மட்டுமே முடிந்தது

மறுநாள் காலை கடைக்குச் செல்லும் பொழுது தெய்வாவை பார்த்து, " நீ இன்று நம் கடைக்கு வருகிறாயா?" எனக் கேட்டான்.

" நீங்கள் தான் என்னை உங்கள் கடைக்கு வர வேண்டாம் என்றீர்கள். பிறகு இப்போது மட்டும் எதற்கு கூப்பிடுகிறீர்கள் " என்றாள் தெய்வா.

" அது என்ன உங்கள் கடை என்கிறாய், அது நம் கடை என்று சொல், எப்படி இருந்தாலும் அதை நீயும் நானும் தான் பார்க்க வேண்டும்" என்றான்.

" ரோஷம் உள்ள யாரும் நீங்கள் பேசியதை கேட்டு திரும்ப அந்த கடைக்கு வர மாட்டார்கள்" என்றாள்.

அவளைப் பார்த்து," குழந்தை பிறக்கும் வரை தான் இப்படி பொறுமையாக எடுத்து கூறுவேன், அதுக்கு பிறகு நீ தேவையில்லாமல் ஏதாவது பேசிக் கொண்டிருந்தால் உன்னை தூக்கிக்கொண்டு கடைக்குச் செல்வேன்" என்றவன் அவளை தூக்க முயன்றான். அவனிடமிருந்து விலகி கீழே சென்றாள்.

எப்போதும் ஆட்டோவில் துணிக்கடைக்கு செல்பவளை அவன் அழைத்துச் செல்கிறேன் என்றான். அதற்கும் அவள் மறுத்து விட்டாள்.

மாலை தெய்வா வீட்டிற்கு வரும் பொழுது கூடவே அவளின் பெற்றோரும் வந்திருந்தனர். அவர்கள் தெய்வாவிற்கு ஏழாவது மாதம் வளைகாப்பு செய்வதைப் பற்றி பேசினர்.

கந்தனுக்கு அது சரி எனப்பட்டது. மங்கையர்க்கரசி தான், வளைகாப்பிற்கு அனைவரையும் அழைத்தால் வருபவர்கள் யாழினியை பற்றி கேட்பார்களே என நினைத்தார்.

இன்னும் ஒரு வாரத்தில் வீட்டில் வைத்து எளிமையான முறையில் வளைகாப்பு செய்ய முடிவானது. அவர்கள் பேசும் பொழுது கார்த்திகேயன் அங்கு இல்லை.

இரவு வீட்டிற்கு வந்தவனிடம் கந்தன் வளைகாப்பு பற்றி பேசினார். மருமகள் எப்படியும் மகனிடம் பேசி இருப்பாள் என எண்ணியவர் அவனிடம் நாம் என்ன செய்யலாம் என்றார்.

திடிரென வளைகாப்பு என்றது அவனுக்கு அதிர்ச்சியாக இருந்தது. உடனே மனைவியை தான் பார்த்தான். அவள் அவனை நேரடியாக பார்க்கவில்லை. ஆனால் அவன் தன்னை முறைத்து பார்பது போல அவளுக்கு இருந்தது.

மனைவி நம்மிடம் எதுவும் கூறாமல் அவளே அவளின் பெற்றோரிடம் கூறி நாள் கூட குறித்து விட்டாள் என நினைத்தான். தங்கள் அறைக்கு வந்த பிறகு மனைவியை பிடித்துக் கொண்டான்.

"நான் ஏற்கனவே ஒன்பதாம் மாதம் தானே வளைகாப்பு செய்ய வேண்டும் என்றேன், இப்போது ஏழாவது மாதமே ஏன் செய்ய சொல்கிறாய் " எனக் கேட்டான்.

"அம்மா தான் ஏழாவது மாதம் செய்யலாம் என முடிவெடுத்தார்" என்றாள்.

" நீ வேண்டாம் என்று சொல்ல வேண்டியது தானே" என்றான்.

அதற்கு வீம்பாக " நான் ஏன் அப்படி சொல்ல வேண்டும், இங்கே இருந்து நான் என்ன செய்யப் போகிறேன், நான் இங்கே இருந்தால் என்ன இல்லாமல் போனால் உங்களுக்கு என்ன " என்றாள்.

அவன் இடுப்பில் கையை ஊன்றி கொண்டு கோபத்தை கட்டுப்படுத்திக் கொண்டிருந்தான். அதைப் பார்க்கவே அவளுக்கு பயமாக இருந்தது. தேவையில்லாமல் அதிகமாக பேசி விட்டோம் என நினைத்தாள்.

அவன் எதுவும் பேசாமல் சென்று விட்டான். அவன் அப்படி சென்றது அவளுக்கு வருத்தமாக இருந்தது.

தெய்வா திருமணம் முடிந்து இந்த வீட்டில் நுழைந்ததிலிருந்து கணவன் மேல் தன் மனம் சாய்ந்ததை உணர்வாள். அவனுடன் பேசாமல் இருந்த நாட்கள் எப்படி சென்றது என அவளுக்கு தெரியும்.

அவனும் அவளை நன்றாகத்தான் பார்த்துக் கொண்டான். இப்போதும் பார்த்துக்கொள்கிறான். ஆனால் ,அன்று தன்னை நம்பாமல் அனைவரும் முன்னால் அடித்ததை அவளால் மறக்க முடியவில்லை. ஆனாலும், அந்த நேரத்தில் கோபத்தில் தன்னை அடித்து விட்டான் என நினைத்து சமாதானப்படுத்திக்கொண்டாள். அவன் மனம் வருந்த எப்போதும் நினைக்க மாட்டாள்.

ஆனால், அவன் செய்ததை விட மங்கையர்கரசி தற்போது செய்வதுதான் அவளுக்கு பிடிக்கவில்லை. எந்த நேரமும் எதையாவது ஜாடையாக பேசிக் கொண்டிருக்கிறார். அதுவும் இவளிடம் மட்டுமே செய்கிறார். சாப்பிடும் போது வந்து தட்டை பார்த்து செல்வது அவளுக்கு பிடிக்கவில்லை.

இதனால் பெரும்பாலும் அம்மா வீட்டிலேயே உணவை முடித்துக் கொள்கிறாள். சொல்லப்போனால் இங்கு சாப்பிட அவளுக்கு மனதே இல்லை. கணவன் வாங்கித் தந்ததை கூட எடுத்து உண்ண விருப்பமில்லை.

இங்கும் அங்கும் அலைந்த கொண்டிருப்பதற்கு பேசாமல் ஒரே இடத்தில் அங்கேயே இருக்கலாம் என அவள் அம்மா இந்த மாதம் வளைகாப்பு செய்யலாம் என்றபோது சரி என்றாள்.

ஆனால், அவள் கணவன் என்ன நினைப்பான் என்பதை மறந்தாள். கணவன் கோபமாக சென்ற பிறகுதான் அவளுக்கு அவனைக் கேட்காமல் செய்து விட்டோமே என்ற நினைப்பே வந்தது.

வளைகாப்பும் நாளும் வந்தது. தெய்வா அவளது திருமண புடவையை அணிந்திருந்தாள். தலை நிறைய பூவைத்து நகைகள் அணிந்து பார்க்கவே அழகாக தெரிந்தாள்.

நல்ல நேரத்தில் அவள் கையில் வளையல்களை அடுக்கினர். கார்த்திகேயன் அழைக்க அவன் வந்து சந்தனம் வைத்து , வளை-யல்களை அணிவித்தான்.

பந்தி ஆரம்பிக்கும் வேலை இருந்ததால் அவன் அங்கே சென்றான். இடையில் அவளுக்கு உணவை கொடுத்து அனுப்பினான்.

அவன் வேலைகளை முடித்து வீட்டின் உள் நுழையும் போது மனைவியை தேடிக் கொண்டு வந்தான். அங்கு அவள் இல்லாத-தால் தங்கள் அறையில் இருப்பாள் என அங்கு வந்தான். அவன் நினைத்தது போல தெய்வா அவர்கள் அறையில் தான் இருந்தாள்.

அவன் உள்ளே நுழையும் போது இருக்கையில் அமர்ந்ததிருந்தாள். இருக்கையில் சாய்ந்திருந்தவள் இடது கையை கீழே ஊன்றி, வலது கையை வயிற்றில் வைத்துக் கொண்டிருந்தாள். அவள் விழிகள் அவனையே பார்த்துக் கொண்டிருந்தது. என்ன நினைத்தானோ, வேகமாக அவள் அருகில் வந்தவன் முழங்காலிட்டு தலையை அவள் மடியில் வைத்தான்.

அவளும் அவனை தடுக்கவில்லை. சில நாட்களாக இருவரும் பேசாமல் இருந்தோம் என்பதை மறந்து விட்டனர். அவள் விரலால் அவன் தலையை வருடினாள். நீண்ட நாளுக்கு பிறகான அவர்க-ளுக்கான நேரம் அது.

சிறிது நேரம் சென்று தலையை அவள் மடியில் இருந்து எடுத்தவன் அவளைப் பார்த்து " நமக்குள் தேவையில்லாத பிரச்சினையால் ஒரு முடிச்சு விழுந்துவிட்டது. நாம் அதிலிருந்து வெளியே வரவேண்டுமே தவிர அந்த முடிச்சை மீண்டும் சிக்கலாக மாற்ற கூடாது. என்றான்.

அவன் பேசியதற்கு எதுவும் பேசாமல் தலையை அசைத்தவள் குனிந்து அவன் நெற்றியில் முத்தமிட்டாள்.

இதை எதிர்பாராதவன் இனிமையாக அதிர்ந்து "லவ் யூ டி " என

கூறினான்.

அதைக் கேட்டு கேலியாக,"நமக்கு குழந்தை பிறக்கப் போகுது, இப்போது வந்து ஐ லவ் யூ சொல்கிறீர்கள்" என்றாள்.

" ஏன் திருமணத்திற்கு முன்பே உன்னிடம் சொல்லி இருக்க வேண்டுமோ? , அப்படி சொல்லி இருந்தால் என்ன செய்திருப்பாய், என்னை லவ் பண்ணிருப்பியா" எனக் கேட்டான்.

அப்போது வெளியே நர்மதா வந்து அவளை அழைத்தாள். தெய்வா தாய் வீட்டிற்கு செல்லும் பொழுது அவன் கீழே இருக்க வேண்டாம் என கூறினாள்.

அதனால் அவன் அறையிலேயே இருக்க தெய்வா மட்டும் கீழே சென்றாள். அவள் கீழே செல்லும் முன் அவள் கையைப் பிடித்தவன் அழுத்தி விடுவித்தான். அந்த அழுத்தம் கூறியது அவனின் நிலைமையை.

இந்த மாத பரிசோதனைக்கு மனைவியை அவள் அம்மா வீட்டில் இருந்து அவனே அழைத்துச் சென்றான். அவளைப் பரிசோதித்த மருத்துவர் இந்த மாதமும் ரத்த அழுத்தம் அதே நிலையில் உள்ளதை கண்டு, இது தொடர்ந்தால் பிரசவத்தின் போது சிக்கல் ஏற்படும் எனக் கூறி கூறினார்.

மருத்துவர் முன்பு எதையும் காண்பித்து கொள்ளாமல் வெளியே வந்தான். சென்ற மாதமும் நாம் அவளுடன் இங்கு வந்திருக்க வேண்டும். வர முடியாமல் போனால் கூட மருத்துவர் என்ன கூறினார் என கேட்டிருந்திருக்கலாம். நாம் ஒரு முறை வராமல் போனது தவறாகி விட்டதே என நினைத்தான்.

வண்டியில் வீட்டிற்கு திரும்பும் போது அவன் அமைதியாகவே இருந்தான். போன முறை ரத்த அழுத்தம் அதிகமாக இருந்ததை தெரிவிக்காமல் இருந்ததற்கு கோபம் போல என நினைத்தாள்.

அவனிடம்," இது தானாகவே சரியாகிவிடும் என்றுதான் சென்ற

மாதம் யாரிடமும் தெரியப்படுத்தவில்லை, இதற்கு ஏன் ஒரு மாதிரி இருக்கிறீர்கள்" என்றாள்.

" நான் உன்னை அக்கறை எடுத்து கவனித்திருக்க வேண்டும். வீட்டில் நடந்த பிரச்சனையில் உன்னை சரியாக கவனிக்காமல் விட்டுவிட்டேன், நானும் உன்னோடு சண்டை போட்டுவிட்டேன்" என்றான்.

அவனின் மன நிலைமையை உணர்ந்தவள் அவனின் தோள்களைத் தொட்டு, " அடுத்த மாத பரிசோதனையில் எல்லாம் நார்மலாக வரும் பாருங்கள்" என்ற என்றாள்.

மனைவியை மாமியார் வீட்டில் விட்டவன் மதிய உணவை அங்கேயே முடித்து தங்கள் கடைக்கு சென்றான். அப்போதும் அவன் முகம் தெளிவில்லாமல் சென்றான்.

யாழினி திருமணம் செய்தவன் அதே ஊர் என்பதால் அவளும் அந்த ஊருக்கு வந்து சென்றாள். முதலில் ரவி வீட்டினர் அவர்களுக்கு எதிர்ப்பு தெரிவித்தாலும் பின்னர் ஏற்றுக்கொண்டனர். இது கந்தன் வீட்டில் உள்ள அனைவருக்கும் தெரியும்.

மங்கையர்க்கரசிக்கும் மகளுடன் உறவாடத்தான் ஆசை. ஆனால் எப்படி என்று தான் தெரியவில்லை.

கார்த்திகேயன் பொங்கலுக்கும் ஒரு வாரம் முன்பு பட்டுப்புடவை ஒன்றை எடுத்துக் கொண்டு மனைவியிடம் கொடுக்க வந்தான். இந்த நேரம் கடையில் வியாபாரம் அதிகமாக இருக்கும். அப்படி இருந்தும் தனக்காக வருபவனை ஆசையாக பார்த்தாள்.

அவள் பார்வையை உணர்ந்தவன் மாடியை காண்பித்து," மேலே போ" என்றான். அவன் இங்கு வரும் போது சிறிது நேரம் தனிமையில் இருப்பர். தனியே வந்தவன் எதுக்கு அப்படி பார்த்தாய் என கூறி அவளை அணைத்தான். அவனிடம் நெருங்கி நின்றவள்

ஒன்றுமில்லை எனக்கு கூறினாள் சிறிது நேரம் கழித்து கீழே வந்-தனர். அவர்களுக்குக்கான அந்த நேரத்தை இருவரும் விரும்பினர்.

மங்கையர்கரசி ஒரு நாள் கோவிலுக்கு சென்றபோது யாழினியையும் அவளது கணவனையும் பார்த்தார். அம்மாவை பார்த்ததும் யாழினி தான் முதலில் வந்த பேசினாள். அவர் முதலில் கோபமாக அவளை தவிர்த்தாலும், அவளது அழுகையால் தொடர்ந்து தவிர்க்க முடியவில்லை.

" எனக்கு காதலித்ததை வீட்டில் கூற பயமாக இருந்தது அம்மா, வீட்டில் எங்கள் காதலை ஏற்றுக்கொள்ள மாட்டீர்கள் என பயந்து அவருடன் சென்று விட்டேன், என்னை மன்னித்து விடுங்கள் " என அழுதாள்.

அவள் அழுவதை அவரால் பார்க்க முடியவில்லை. அதனால் அவளுடன் பேசினார். அவர்களுக்கு தனிமையை தந்து ரவி சற்று தள்ளி நின்று கொண்டான்.

யாழினியிடம் கணவர் வீட்டினர் மகளிடம் எப்படி நடந்து கொள்-கின்றனர் எனக் கேட்டார். ரவிக்கு பெங்களூரில் வேலை என்பதால் எப்போதாவது தான் இங்கே வருகின்றனர். அப்போது அவளின் மாமியார் அவளை ஏதாவது குறை சொல்லிக் கொண்டிருப்பதாக கூறினாள்.

தன் மகள் யாரும் இல்லாமல் திருமணம் செய்ததால் தான் அவள் மாமியார் அப்படி நடந்து கொள்கிறார் என நினைத்தார். அதற்காக நம் குடும்பத்தினர் மகளுடன் பேச வேண்டும். அவளுக்கு செய்ய வேண்டிய சீரை கொடுக்க வேண்டும். அப்போதுதான் மகளுக்கு புகுந்த வீட்டில் மதிப்பு என எண்ணினார்.

யாழினியின் கணவனை பார்க்க அவருக்கு நல்ல மாதிரியாகத்தான் தெரிந்தது. கிளம்பும்போது இருவரையும் பார்த்து, "இப்படியே எவ்-வளவு நாள் தான் இருக்க முடியும், வீட்டினரை அழைத்துக்-

கொண்டு உங்கள் வீட்டிற்கு வருகிறேன், அவர்கள் கண்டிப்பாக ஏற்றுக் கொள்வார்கள்" என சொன்னார்.

இதைக் கேட்ட யாழினிக்கு மகிழ்ச்சி. ரவியுடன் அவள் மகிழ்ச்சி-யாகத்தான் இருக்கிறாள். இருந்தும் அவளுக்கு பிறந்த வீட்டு உறவு முக்கியமானதாக இருந்தது. அவளின் அம்மா அவளை ஏற்றுக் கொண்டது போல வீட்டில் உள்ள மற்றவர்களும் தன்னை ஏற்றுக் கொள்வார்கள் என நம்பினாள்.

பொங்கலுக்கு முதல் நாள் இரவு நேரம் கடந்து தான் வீட்டிற்கு கார்த்திகேயன் வந்தான். காலை வீட்டில் அனைவரும் சாமி கும்-பிட்டதும் மனைவியை காண சென்றான்.

அங்கு மதிய உணவை முடித்து அவள் அறைக்கு வந்தனர். வரும்-பொழுது அவன் வாங்கித் தந்த பட்டுப் புடவை அணிந்திருந்தவள் தற்போது நைட்டிக்கு மாறினாள்.

அதைப் பார்த்தவன்," ஏன் புடவையை மாற்றினாய்?, அதுதான் நன்றாக இருந்தது, " என்றான்.

"நான் எப்படி டிரஸ் பண்ணினால் உங்களுக்கு என்ன?, எனக்கு இதுதான் வசதியாக இருக்கிறது" என்றாள்.

கட்டிலில் அமர்ந்திருந்தவளை பின்னால் இருந்து அனைத்து," எதற்கு எடுத்தாலும் எதிர்த்து பேசும் இந்த வாயை என்ன செய்ய-லாம் " என அவளின் உதட்டைக் விரல்களால் பிடித்தான்.

அவளும் அவனின் மேல் சாய்ந்து கொண்டிருந்தாள். அப்போது முத்துப்பாண்டியனிடமிருந்து அழைப்பு வந்தது.

அதில் யாழினி அவள் கணவனுடன் தங்கள் வீட்டிற்கு வந்திருப்-பதை கூறினான். அதைக் கேட்டவன் முகம் சடுதியில் மாறியது.

இவ்வளவு நேரம் இருந்த இலகு தன்மை மறைந்து உடல் இறுக அமர்ந்திருக்கும் கணவனைப் என்ன என்பது போல் பார்த்தாள். முத்துப்பாண்டி கூறியதை சொன்னவன் கிளம்ப ஆயத்தமானான்.

எதுவும் கூறாமல் அமைதியாக அமர்ந்திருக்கும் மனைவியிடம் வந்தவன்,"நான் கிளம்பட்டுமா?" எனக் கேட்டான்.

" நானும் உங்களுடன் வருகிறேன்" என்றாள்.

"ஏன்"

" யாழினி காதலித்த விஷயம் எனக்கு ஏற்கனவே தெரியுமா என்று அவளிடம் நீங்களே கேளுங்கள், அப்போதுதான் நான் பொய் கூறவில்லை என தெரியும்" என்றாள்.

இதைக் கேட்டவனுக்கு அய்யோ என்று இருந்து. அவள் இதை விடமாட்டாள் போலவே என நினைத்தான்.

"இங்கே பார் தெய்வா, நான் பேசியது தவறு தான், ஏதோ கோபத்தில் அடித்தும் விட்டேன் அதற்கு இப்போது வரை வருத்தப்படுகிறேன்" எனக்கு கூறி அவள் கன்னத்தை தடவி கொடுத்தான்.

"யாழினிக்கு திருமணம் செய்யாமல் நான் செய்து கொண்டது ஏற்கனவே எனக்கு உறுத்தியது, அன்று யாழினி நடந்து கொண்டது, அப்பாவின் உடல் நிலை, அம்மா, அண்ணி பேசியது என எல்லாம் சேர்ந்து முட்டாள் தனமாக நடந்து கொண்டேன் என்றான்.

" யாழினயிடம் கேட்காமலே நீ இப்படி செய்திருக்க மாட்டாய் என நம்புகிறேன்" எனக்கு கூறி நெற்றியில் முத்தமிட்டான்.

" வீட்டில் என்ன நடக்கிறது என தெரியவில்லை, நான் போகவா?" என கேட்டான்.

அவனின் தவிப்பைக் கண்டவள் எழுந்து அவனை அனைத்துக் கொண்டாள். அந்த அணைப்பிற்கே சிறிது நேரத்திற்கு முன்

இருந்த இறுக்கம் அவனிடம் மறைந்தது.

"அவனிடம் கோபப்பட வேண்டாம், அமைதியாக பேசுங்கள், காத-லித்து என்ன செய்வது என தெரியாமல் இப்படி செய்து விட்டாள், அவள் நிலையில் இருந்த பாருங்கள்" என்றாள்.

அவள் முகத்தை பார்த்தவன், " ஒருவரை பிடித்திருந்தால் அதை வீட்டில் கூறி அடுத்த நிலைக்கு எடுத்துச் செல்ல வேண்டும், அதை செய்யாமல் நானும் காதலிக்கிறேன் பார் என வீட்டிற்கு தெரியாமல் திருமணம் செய்தால் எப்படி சரியாகும்?" எனக் கேட்டு சென்றான்.

வேகமாக செல்லும் கணவன் முதுகை பார்த்துக் கொண்டிருந்தவள்," இவர் காதலித்தால் வீட்டில் கூறி இருப்பாரா" என நினைத்தாள். அவன் யாரையேனும் காதலித்தால் என்ற எண்ணமே அவளுக்கு கசந்தது.

கணவன் அவன் நிலையை கூறிய பின்னும் அதையே பிடித்துக் கொண்டிருக்க தெய்வாவிற்கு விருப்பமில்லை. அவனின் மேல் கோபம் இருந்தாலும் அவன் முகம் வாடினால் கூட தாங்க முடிய-வில்லை.

கார்த்திகேயன் வீட்டினுள் நுழையும் போது அங்கு முத்துப்பாண்டி-யன் சத்தம் மட்டுமே கேட்டது. யாழினி அங்கு அழுது கொண்டி-ருக்க, அவளது கணவன் அவளை அங்கிருந்து அழைத்துச் செல்ல முயன்றான்.

கந்தன் அமைதியாக அமைந்திருக்க மங்கையர்கரசி மகனிடம் ஏதோ பேசிக் கொண்டிருந்தார்.

"இப்படி ஒருத்தி எங்களுடன் பிறக்கவில்லை என நினைத்துக் கொள்கிறோம். இனி நீ இந்த வீட்டு பக்கம் வராதே" என கத்தி கொண்டிருந்தான்.

மங்கையர்கரசி," நடந்ததை பேசி என்ன ஆகப் போகிறது, அவளை ஏற்றுக் கொள்வோம்" என்றார்.

அவனைப் பார்த்ததும், " என்னை மன்னித்துவிடு அண்ணா" என கூறி அழுதாள்.

தந்தை எதுவும் கூறாமல் அமைதியாக இருப்பதைக் கண்டவன் தந்தைக்கும் அவள் இங்கு வந்தது விருப்பம் என தெரிந்தது. இதற்கு மேல் நாம் பேசி எதுவும் ஆகப்போவதில்லை என தெரிந்தது.

தன் அண்ணனிடம், " அண்ணா அமைதியாக இருங்கள்"என்றவன். யாழினி காண்பித்து," இந்த வீட்டில் இவளுடன் பேச விருப்பம் உள்ளவர்கள் பேசட்டும், அதைப் பிடிக்காதவர்கள் ஒதுங்கி சென்று விடுவோம்" என கூறி தங்கள் அறைக்கு சென்றான்.

முத்துபாண்டி தன் மனைவி குழந்தையை தங்கள் அறைக்கு அழைத்துச் சென்றான். இப்போதுதான் இந்த வீடு புயல் அடித்து ஓய்ந்தது போல இருந்தது. மூத்தவன் அவ்வளவு பேசி விட்டான்.

தன்மகள் இன்று இங்கு வருவாள் என மங்கையர்கரசி கூட நினைக்கவில்லை. கந்தன் ரவியை இருக்கையில் அமர வைத்து மனைவியிடம் குடிக்க ஏதாவது கொண்டு வரக் கூறினார்.

ரவியால் இங்கு இருக்க முடியவில்லை. மனைவியின் தொந்தரவால் தான் இங்கு வந்திருந்தான். அவளின் இரு அண்ணன்களுக்கும் நம்மை பிடிக்கவில்லை என தெரிந்தது. அவனால் அங்க இருக்க முடியாமல் மனைவியை அழைத்துக்கொண்டு சிறிது நேரத்தில் கிளம்பினான்.

அவளின் பெற்றோர்கள் அவர்களை இங்கு அடிக்கடி வர வேண்டும் எனக் கூறி அனுப்பினர்.

இங்கு நடந்ததை மனைவிக்கும் தொலைபேசியில் மூலம் கார்த்திகேயன் தெரிவித்திருந்தான். அவளுக்கு மங்கையர்க்கரசியை பற்றி யாழினி விசயத்தில் எப்படி நடந்து கொள்வார் எனத் தெரியும்.

ஆனால் கந்தன் நடந்து கொண்டது கொஞ்சம் ஆச்சரியமாகத்தான் இருந்தது. இதை அவர் கணவனிடமும் தெரிவித்தாள்.

இரவு கீழே வந்தவன் முத்துப்பாண்டியுடன் அமர்ந்து பேசிக்கொண்டிருந்தான். நர்மதாவும், மங்கையர்கரசியும் சமையலறையில் ஏதோ வேலையாக இருந்தனர்.

மங்கையர்க்கரசிக்கு காலை யாழினி வந்தபோது முத்துப்பாண்டி நடந்து கொண்டது பிடிக்கவில்லை. அந்தக் கோபத்தை அவர் நர்மதாவிடம் காண்பித்தார். அதனால் அவளுக்கு கோபம் வந்தாலும் அமைதியாக இருந்தாள்.

சிறிது நேரத்தில், நர்மதாவின் சத்தம் சமையல் அறையில் சற்று அதிகமாக கேட்கவும் அண்ணன் தம்பி இருவரும் என்னவென்று பார்க்க உள்ளே வந்தனர். அங்கு நர்மதா வந்தனாவை கையில் பிடித்துக் கொண்டு ஏதோ மங்கையர்கரசி இடம் பேசிக் கொண்டிருந்தாள்.

என்னவென்று கேட்ட கணவனிடம், வந்தனா அங்கிருந்த கேக்கு எடுத்து சாப்பிடுவதை பார்த்த மங்கையர்க்கரசி, " எவ்வளவு தான் சாப்பிடுவாய்? " என கோபமாக கேட்டு அவள் கையில் இருந்த கேக்கை வாங்கி அவளுக்கு கொடுக்காமல் மூடி வைத்து விட்டார் என்றாள்.

இதைப் பார்த்த நர்மதாவிற்கு கோபம் வந்தது. அவளை ஏதாவது பேசும் பொழுது சுலபமாக கடந்தவளால் குழந்தை விஷயத்தில் இப்படி பேச்சு வரும் பொழுது அதை அவள கடக்க முடியவில்லை.

ஏற்கனவே தன் கணவனுக்கு போதிய திறமை இல்லாத காரணத்தினால் இங்கு வந்து இருக்கும் நிலை ஏற்பட்டிருக்கிறது. பெண் குழந்தையை வைத்துக்கொண்டு என்ன செய்யப் போகிறேனோ என எண்ணுவாள். அப்படி இருக்க இன்று மாமியார் குழந்தையை இப்படி சொல்லவும் கத்தி விட்டாள்.

கண்ணில் நீருடன் இருந்த குழந்தையை பார்க்க இருவருக்கும் மனது பாரமானது.

மங்கையர்க்கரசி குழந்தைக்கு அதிக இனிப்பான உணவை தர வேண்டாம் என்ற எண்ணத்தில் கூறியது இப்படியாகும் என அவரும் நினைக்கவில்லை.

நர்மதா, " சொந்த பேத்தி சாப்பிடுவதை இப்படி சொல்கிறீர்கள் என்றால், மருமகள்கள் சாப்பிடுவதை எப்படி சொல்வீர்கள், நீங்கள் தெய்வானை இப்படி கூறியதால் தான் அவள் இங்கு சரியாக கூட சாப்பிடவில்லை, வயிற்றில் பிள்ளையை சுமப்பவள் என்று கூட பார்க்காமல் எப்படி நடந்து கொண்டீர்கள்" என கேட்டு விட்டாள்.

சத்தம் கேட்கும்போதே கந்தன் அங்கு வந்து விட்டார். அங்கு இருந்த இரு மகன்களும் தன் அன்னையாய் இப்படி நடந்து கொண்டது என நினைக்கவே அவர்களால் முடியவில்லை.

கார்த்திகேயனுக்கு மனைவியின் கைப்பையில் இருந்த ஏதாவது ஒரு உணவு ஞாபகத்திற்கு கேளாமலே வந்து சென்றது. அதனால்தான் அவள் அப்படி வாங்கி வைத்திருக்கிறாள் என நினைத்தான்..

அன்னையின் முகத்தை பார்த்தான். அவர் எதுவும் பேசாமல் குற்ற உணர்வுடன் அமைதியாக நிற்பதை பார்க்கும் போது தெரிந்தது நர்மதா கூறியது உண்மை என்று. அங்கிருந்த கந்தன் கூட என்ன சொல்வது என தெரியாமல் நின்றார்.

நடந்த பிரச்சனையில் மிரண்டு இருந்த வந்தனாவை அழைத்துக் கொண்டு வெளியே வந்தான் கார்த்திகேயன். அருகில் உள்ள கடைக்கு அழைத்துச் சென்று அவளுக்குப் பிடித்த கேக்கை அவளையே தேர்வு செய்ய கூறி வாங்கித் தந்தான்.

குழந்தை சற்று நேரத்தில் கடையை வேடிக்கை பார்த்ததில் வீட்டில் நடந்ததை மறந்தது. ஆனால் அவனால் அது முடியவில்லை.

வீட்டிற்கு வந்தவன் குழந்தையை முத்துப்பாண்டியிடம் கொடுத்துவிட்டு," நான் தெய்வா வீட்டில் இரவு தங்கிக் கொள்கிறேன்" என கூறி சென்றான்.

இரவு நேரத்தில் என்றும் வராத கணவன் இன்று வந்ததைப் பார்த்ததும் வீட்டில் ஏதோ பிரச்சனை நடந்துள்ளது என நினைத்தாள். அதற்குக் காரணம் யாழினியாகத்தான் இருக்கும் என எண்ணினாள்.

அவன் முகத்தை பார்த்ததும் சாப்பிட்டு இருக்க மாட்டான் என எண்ணி தட்டு வைத்து பரிமாறினாள்.வேண்டாம் என்றவனை வற்புறுத்தி சாப்பிட வைத்தாள். சாப்பிடும் பொழுது அடிக்கடி அவள் முகத்தையே பார்த்துக் கொண்டிருந்தான்.

அவன் சரியாக உண்ணாமல் இருந்தான். வீட்டினர் அங்கிருந்ததால் அவர்களின் முன் எதுவும் பேச முடியாமல் அவனை அறைக்கு அழைத்து வந்தாள்.

அறைக்கு வந்தவன் வீட்டில் நடந்த அனைத்தையும் கூறினான். தன் அம்மா அவ்வாறு நடந்ததை ஏன் என்னிடம் கூறவில்லை எனக் கேட்டான்.

மங்கையர்க்கரசி நடந்து கொண்ட விதம் தெய்வாவிற்கு இப்போதும் கோபத்தை வரவழைக்கும். ஆனால், தற்போது கணவன் இருக்கும் நிலையை அறிந்து அவனை மேலும் மனம் உடைய செய்யாமல் இருக்க வேண்டும் என எண்ணினாள்.

அதனால், " அப்போது இருந்த கோபத்தில் அப்படி நடந்து கொண்டார்கள், இதை உங்களிடம் கூறி ஏற்கனவே இருக்கும் பிரச்சனையை அதிகமாக விரும்பவில்லை, எனக்கு இங்கே தினமும் ஏதாவது வாங்கிக் கொடுத்துதான் அனுப்புவார்கள், அதனால் இதை விட்டு விடுங்கள்" என்றாள்.

அதைக் கேட்டு," நான் எதற்கு டி இவ்வளவு கஷ்டப்பட்டு சம்பாதிக்கிறேன், உனக்காக தானே, அப்படி இருந்தும் சாப்பிடுவதற்கு நீ இங்கு வாங்கி தருவதை தான் சாப்பிட வேண்டும் என்றால் நான் என்ன கணவன், இதை நான் முன்பே கவனித்திருக்க வேண்டும்" என்றான்.

அதைக் கேட்டவள், " என்னங்க எதற்கு இப்படி தேவையில்லாமல் பேசுகிறீர்கள்? இந்த விஷயத்தில் உங்கள் தவறு எதுவும் இல்லை, நீங்கள் எப்போதும் என்னை நன்றாகத் தான் கவனித்துக் கொள்வீர்கள்" என்றாள்.

" இல்லை, நான் உன் அருகில் இருந்து கொண்டு உன்னையும், பாப்பாவையும் சரியாக கவனிக்காமல் விட்டுவிட்டேன்" என வருந்தி கூறினான்.

அவனின் தவிப்பை காண விரும்பாதவள் அவனை நெருங்கி அனைத்து ஆறுதல்படுத்தினாள். அவனுக்கும் அது தேவையாக இருந்தது. அவனின் இதழில் முத்தமிட்டு விலகப் பார்த்ததாள். அதற்கு அவன் விடவில்லை.

நீண்ட நேரம் இதழ்களை விடுவிக்காமல் இருந்தான். இருவரும் முத்தம் மட்டும் போதாது என்ற நிலைக்கு வந்திருந்தனர்.

உதட்டை விடுவித்து அவளிடம்," இப்போது செய்யலாமா? பாப்பா இருக்கிறது" என்றான்.

"அது ஒன்றும் பிரச்சனை இல்லை" என கூறினாள்.

அடுத்து அவன் தேடலை தொடங்கினான். உச்சி முதல் பாதம் வரை இதழ்களால் ஊர்வலம் வந்தான். வன்மை இல்லாத மென்மையான ஒரு கூடல் அங்கே நடந்தது.

கொஞ்சம் கொஞ்சமா அவர்கள் வேறு உலகத்திற்கு சென்றனர். நீண்ட நாட்களுக்கு பின்னர் ஒரு உறவு. அது அவர்களுக்கு ஒரு நிறைவை தந்தது. அது தந்த மயக்கத்தில் ஒருவரை ஒருவர்

அனைத்து கொண்டு தங்களை மறந்து உறங்கினர்.

கார்த்திகேயன் தற்போதையெல்லாம் அவன் வீட்டில் அதிகமாக இருப்பதில்லை. பெரும்பாலும் மனைவியுடன் இருந்து கொண்டான்.

இப்போது தான் தெய்வா மகிழ்ச்சியாக இருக்கிறாள். அதை பார்த்து அவள் வீட்டினிற்கும் நிம்மதி. குமுதா மகளிடம் கேட்டு மருமகனுக்கு பிடித்த உணவுகளை சமைத்து கொடுத்தார்.

மகன் அதிகமாக மாமனார் வீட்டில் தங்குவது மங்கையர்கரசிக்கு தெய்வா மீது கோபத்தை ஏற்படுத்தியது.

அவர் கணவனிடம் யாழினித்து செய்ய வேண்டியவற்றை சீக்கிரம் செய்ய வலியுறுத்தினார். குழந்தை பிறந்தவுடன் வீட்டில் இதை பேசலாம் என்றிருந்தார்.

யாழினி தற்போது பெங்களூரில் இருப்பதால் தாய் தந்தையுடன் தொலைபேசியில் பேசிக் கொள்கிறாள்.

பிரசவ நாள் நெருங்க நெருங்க தெய்வா சற்று பதட்டத்துடன் தான் இருந்தாள். மருத்துவர் அவர் உடல்நிலை தற்போது சீராக உள்ளது எனக் கூறிய பின்னரும் பயந்தாள்.

சந்திரன் வளைகாப்பிற்கு பின்னர் தெய்வாவை கடைக்கு அனுப்ப மறுத்தார். குமுதா அவளுக்கு சத்தான உணவுகளை மட்டுமே கொடுக்கிறார். அவளை அவர்கள் நன்றாக கவனித்துக் கொண்டனர்.

இரவு படுக்கையில் இருந்தவளுக்கு முதுகில் ஒரு வலி வந்தது. அது என்ன என்று உணரும் முன் அந்த வலி இல்லாதது போல் அவளுக்கு தெரிந்தது. மீண்டும் சிறிது நேரத்திலேயே அந்த வலி வந்தது.

அவளின் அசைவிலேயே கார்த்திகேயன் எழுந்து கொண்டான். பதட்டமாக "என்ன செய்கிறது" என வயிற்று கை வைத்து கேட்டவனுக்கு " வலிக்கிறது போல இருக்கிறது" என்றாள்.

உடனே சென்று மாமியாரை அழைத்து வந்தான்.

அவர், " பிரசவ வலியா என தெரியவில்லை, சற்று பொறுத்து பார்க்கலாம்" என்றார்.

ஆனால், தெய்வாவின் கணவன் இதைக் கேட்க வேண்டுமே. மாமியார் கூறியதற்கு முடியாது எனக் கூறி உடனே மருத்துவமனைக்கு செல்ல வேண்டும் என அவளை அழைத்துச் சென்றான்.

மருத்துவமனையில் தெய்வாவிற்கு அதிக வலி ஏற்பட்டும் இன்னும் குழந்தை பிறக்கவில்லை. அவள் வழியில் கத்திய சத்தம் வெளியே அமர்ந்திருந்தவனை பயம் கொள்ள வைத்தது.

எதுவும் செய்யத் தோன்றாமல் அமர்ந்திருந்தவனிடம் சந்திரன்தான் அவன் வீட்டின் அருகில் தகவல் தெரிவிக்க கூறினார். முத்துப்பாண்டிக்கு அழைத்து தகவலை கூறினான். அவர்களும் சிறிது நேரத்தில் வந்து விட்டனர்.

அனைவரையும் காத்திருக்க வைத்தது தெய்வாவிற்கு ஆண் குழந்தை பிறந்தது. கார்த்திகேயன் கடவுளுக்கெல்லாம் மனதால் நன்றி தெரிவித்துக் கொண்டு கண்களில் நீர் கசிய அமர்ந்திருந்தான்.

முத்துப்பாண்டி அவனை அனைத்து வாழ்த்து கூறினான். மங்கையர்கரசிக்கு கூட பேரன் என்றதும் சந்தோசம் தாங்க முடியவில்லை. குழந்தையை உள்ளே அழைத்துச் சென்றனர்.

குழந்தையை பார்த்த அனைவரும் ஒன்று போல் கூறியது என்னவென்றால் குழந்தை அப்படியே கார்த்திகேயனைப் போல இருப்பதாக கூறினர்.

தெய்வாவையும், குழந்தையும் அறைக்கு மாற்றினர். குழந்தையை பார்க்க பார்க்க அவனுக்கு அப்படி ஒரு ஆனந்தம். ஆம் குழந்தை அச்சு அசல் அவனைப் போலவே இருந்தான்.

தெய்வாவின் கையை பற்றி கொண்டான் கார்த்திகேயன். அதன் அழுத்தம் அவன் உணர்ச்சிவசப்பட்டு இருப்பதை கூறியது. அங்கு அனைவரும் இருந்ததால் எதுவும் பேசிகொள்ள முடியவில்லை.

தெய்வா குழந்தையுடன் வீட்டிற்கு அழைத்து வரப்பட்டாள். குழந்தை பகல் முழுவதும் தூங்கி, இரவு விழித்துக் கொண்டிருந்தது. இதனால் தெய்வாவின் தூக்கமும் பறிபோனது.

கார்த்திகேயன் வரும் நேரங்களில் குழந்தைக்கு வேண்டியதை அவனே பார்த்து கொள்வான். அந்த நேரம் தெய்வாவிற்கு ஓய்வு தருவான். இரவு குமுதா மகளுடன் தங்கிக் கொள்கிறார். தினமும் குழந்தைகள் பார்க்க அவர்கள் வீட்டிற்கு வந்து விடுவான்.

தெய்வா ஒரு நாள் "கணவனிடம் பெண் குழந்தை தான் பிறக்க வேண்டும் என்றீர்கள். இப்பொழுது ஆண் குழந்தை பிறந்துள்ளது" என கேட்டதற்கு, " நமக்கு இவனே போதும் " என மகனை காண்பித்தான்.

கந்தன் இரு மகன்களையும் அழைத்து யாழினிக்கு தரவேண்டிய நகைகளை பற்றி பேசினார். அவர்கள் இருவரும் உங்களுக்கு விருப்பமானதை செய்யுங்கள் என்றனர்.

யாழினிக்கு அவள் திருமணத்தின் போது புதிய மாடலாக நகை எடுத்துக் கொள்ளலாம் என முதலிலேயே அதிகமாக எடுக்காமல் இருந்தனர்.

அவளுக்கு என தனியாக பதினைந்து பவன் போல தங்க நகை இருந்தது. இது போதாதென எண்ணிய மங்கையர்கரசி மேலும் நகைகள் வாங்கி தர பிரியப்பட்டார்.

அதனால் கணவனிடம் நகை வாங்க பணம் கேட்டார். அவரும் தற்போது கையிருப்பு அதிகமாக இல்லை என்றார்.

"தற்போது இதனுடன் சேர்த்து ஒரு முப்பது பவுன் கொடுப்போம்,மற்றதை பிறகு பார்த்துக் கொள்ளலாம்" என்றார்.

இதற்கு உடன்படாத மங்கையர்க்கரசி தன் இரு மகன்களையும் பார்த்து," தங்கச்சிக்கு நீங்கள் தான் செய்ய வேண்டும், என்ன செய்யப் போகிறீர்கள்? " என கேட்டார்.

கந்தனுக்கு மனைவி பேசுவது பிடிக்கவில்லை. யாழினியின் திருமணத்திற்கு என அவர் முன்பே வாங்கியிருந்த நிலம் இருந்தது. அதை விற்க ஒன்று அல்லது இரண்டு மாதங்கள் ஆவது ஆகும். இடத்தை விற்க இரு மகள்களிடமும் தான் கூறியிருந்தார். அதற்கு தேவையானதை இருவரும் பார்த்து கொண்டு தான் இருக்கிறார்கள்.அதற்குள் மங்கையர்க்கரசி உடனே நகைவே கொடுக்க வேண்டும் என தொந்தரவு தருகிறார்.

அம்மா பேசியதற்கு முத்துப்பாண்டி," என்னிடம் எந்தப் பணமும் இல்லை" என்றிருந்தான்.

அவன் நிலையை அறிந்தவர் அவனிடம் அதற்கு மேல் எதுவும் கேட்கவில்லை. இதைக் கூறும்போது நர்மதா அங்கு தான் இருந்தாள்.

கார்த்திகேயன் என்ன பதில் கூறுவான் என பார்த்தவரிடம்," என்னிடமும் இப்போது எந்தப் பணமும் இல்லை" என்றான்.

அவனின் பதிலில் தாய், தந்தை இருவரும் அதிர்ந்தனர். முத்துப்பாண்டி தம்பி ஏதாவது காரணம் இல்லாமல் இப்படி கூற மாட்டான் என எண்ணினான்.

" கூடப்பிறந்தவளுக்கு கூட எதுவும் செய்ய மாட்டேன் என்கிறாயே, உன் தொழில் நன்றாகத்தானே நடக்கிறது, அது போதாது என வட்டிக்கு விட்டு சம்பாதிக்கிறாய் தானே" என்றார் அவன் அம்மா.

" நான் கஷ்டப்பட்டு உழைக்கிறேன், அதற்கு லாபம் வருகிறது, அதையெல்லாம் எடுத்து செலவு செய்ய முடியாது " என கோபமாக கூறினான்.

"இப்படி உன் பிறந்த வீட்டிற்கு செய்யக்கூடாது என உன் பொண்டாட்டி தானே கூறினாள்" என்றார் அவனின் அம்மா.

" அம்மா, ஏன் அவளைப் பற்றி எப்போதும் தவறாக பேசுகிறீர்கள், இந்த வீட்டில் அவளை நிம்மதியாக கூட நீங்கள் சாப்பிட விடவில்லை, அதைப் பற்றி கூட அவள் என்னிடம் கூறியதில்லை, அவளுக்கு இப்படிபட்ட எண்ணமும் இருக்காது, அவளை பற்றி தவறாக பேசாதீர்கள்" என அவரைப் பார்த்து கோபமாக கூறினான்.

முத்துப்பாண்டி " அம்மா, யாழினி நாம் தேர்ந்தெடுத்த மாப்பிள்ளையே திருமணம் செய்து இருந்தால் திருமணம் செலவுக்கு என்று என் கையில் பணம் இல்லாமல் இருந்தாலும், நர்மதா நகை மூலம் கண்டிப்பாக நான் பணத்தை கொடுத்து இருப்பேன்.ஆனால், இப்படி நம்மை அசிங்கப்படுத்தியவளுக்கு எப்படி செய்யச் சொல்கிறீர்கள்" என்றான். மேலும் " என் நிலைமை தானே அவனுக்கும் இருக்கும்" என தம்பியை காண்பித்தான்.

இடையில் புகுந்த நர்மதா அவள் மாமனிடம்," மாமா உங்கள் இரு மகன்களுக்கு மட்டும்தான் இந்த வீடும் கடையும் கொடுக்க வேண்டும். பிறகு இதிலும் யாழினிக்கு பங்கு கேட்க கூடாது"என்றாள்.

இதைக் கேட்ட இரு மகன்களும் அமைதியாக இருந்து நர்மதா கூறியது சரி என்பது போல் நின்றனர்.

நர்மதா பேசியதற்கு ஏதோ பதில் கூற வந்த மங்கையர்கரசியை கந்தன் தடுத்தார். " இன்னும் இரண்டு மாதத்தில் இடத்தை விட்டு அவளுக்கு நகையை செய்யலாம், இப்போது இந்த பேச்சை அனைவரும் விடுங்கள்" என கூறி சென்றார்.

கந்தனுக்கு மகள் மீது மங்கையர்கரசி வைத்திருக்கும் பாசம் தெரி-

யும். அதற்காக தேவையில்லாமல் மகன்களையும், மருமகள்களை-யும் பகைக்க முடியாது என எண்ணினார்.

ஏதாவது ஒரு சூழ்நிலையில் மகன்கள் மகளுடன் கண்டிபாக உறவை ஏற்படுத்திக் கொள்வார்கள். ஆனால், மனைவியின் செய-லால் மகள் மீதும் அவர்களுக்கு வெறுப்பு கூடத்தானே செய்யும் என நினைத்தார்.

கார்த்திகேயன் தன் அண்ணனுடன் தனிமையில் சிறிது நேரம் பேசி முடித்து தன் அறைக்கு வந்தான்.

குழந்தை பிறந்து முப்பதாவது நாளில் பெயர் சூட்டும் நிகழ்ச்சியை சிறிய அளவில் தெய்வா வீட்டில் நடத்தினர். குழந்தைக்கு "அமிர்-தன்" என பெயர் சூட்டினர்.

இந்த நிகழ்ச்சிக்கு யாழினியை அழைக்க வேண்டும் என மங்கை-யர்கரசி விரும்பினார். அதற்கு கார்த்திகேயன் மறுத்து விட்டான்.

அதே மாதத்தில் மனைவியை தன் வீட்டிற்கு அழைத்துச் செல்ல விரும்பினான். குமுதா தான் அவர்கள் வீட்டின் நிலையை அறிந்து தெய்வாவிற்கு தான் சிரமம் என அனுப்ப மறுத்துவிட்டார். மூன்-றாவது மாதம் அனுப்புவதாக கூறினார்.

அதுவரை அவன் தினமும் மனைவியை குழந்தையை பார்க்க அவர்கள் வீட்டிற்கு வந்து விடுவான். அவர்களுக்கு வேண்டிய-வற்றை அவனே வாங்கி தருவான்.

கந்தன் அந்த இடத்தை விற்று யாழினிக்கு செய்ய வேண்டிய நகைகளை வாங்கினார். அதை யாழினியின் வீட்டிற்கு சென்று கொடுக்க மகன்களையும் அழைத்தார். அவர்களுக்கு அங்கு வர விருப்பம் இல்லை என வர மறுத்தனர் .

தவறு செய்துவிட்டால் என்பதற்காக அவளை அப்படியே விட்டுவிட

முடியாது என்றார்.

பெற்றவர்கள் என்று அவர்கள் யாழினி செய்ததை மன்னித்தாலும், உடன் பிறந்தவர்கள் அதை மன்னிக்க முடியவில்லை. ஏனென்றால் அவர்கள் பட்ட அவமானம் அதிகம்.

அதனால் கந்தன், மங்கையர்கரசி, அவரின் தங்கை வடிவுக்கரசி மட்டும் சென்று நகைகள் மற்றும் பணத்தை கொடுத்தனர்.

மங்கையர்கரசி பெருமையாக அனைத்தையும் எடுத்து வைத்த போது ரவியின் அம்மா " இது எல்லாம் எங்களுக்கு முக்கியமில்லை, உங்கள் மகள் என் மகனுடன் நல்ல முறையில் வாழ்ந்தால் போதும்" என்றார்.

அவரும் யாழினி இங்கும் வரும் நாட்களில் பார்க்கத்தானே செய்கிறார். மகன் ஒவ்வொரு முறையும் சொல்லி சொல்லி தானே எதையும் அவள் செய்கிறாள். இங்கேயே இப்படி என்றால் தனியாக பெங்களூரில் இருக்கும் பொழுது என்ன செய்வாள் என நினைத்திருக்கிறார்.

மங்கையர்கரசிக்கு தான் தெரியுமே தன் மகளைப் பற்றி. அவளுக்கு பொறுப்பு என்பது கிடையாது. அதை சுட்டிக்காட்டி தான் யாழினியின் மாமியார் பேசுகிறார் என அறிந்தார்.

இவ்வளவு சீர் செய்தும் அவள் அதை பற்றி பெருமையாக எண்ணாமல் இப்படி பேசுகிறாரே என எண்ணினார்.

வீட்டிற்கு வந்ததும் கந்தன் மனைவியிடம், " நீ செய்யச் சொன்னது போல் நகைகளை யாழினிடம் கொடுத்தாகிவிட்டது. நகைகளால் மட்டுமே நன்றாக வாழ முடியாது. சூழ்நிலையை புரிந்து கொண்டு குடும்பம் நடத்தினால்தான் வாழ முடியும்" என சாடினார்.

" நாம் அங்கு இருந்த சிறிது நேரத்திலேயே அவள் அங்கு எப்படி நடந்து கொள்கிறாள் என தெரிந்து விட்டது. அதான் போனில் பேசிக் கொண்டே இருக்கிறாயே, நீயாவது அவள் அங்கு

என்ன செய்கிறாள் என கேட்க மாட்டியா? இனியாவது பொறுப்பாக பிழைக்கச் சொல்" என கூறினார்.

அதற்கு அவர்," கணவனுடன் பெங்களூர் சென்றால் இந்த பிரச்சனை இருக்காது. அவள் மாமியார் தான் ஏதோ பிரச்சனை செய்கிறார்" என அதற்க்கு பதில் பேசினார்.

யாழினியின் செயல் அவள் அம்மாவிற்கு சிறுபிள்ளை போல் தெரிந்தாலும் அவள் மாமியாருக்கு அப்படி தெரியாதே.

கந்தனுக்கு தன் மகன்கள் அவர்களிடம் இருந்து விலகிச் செல்வது போல் தோன்றுகிறது. அவர்கள் நிலையில் இருந்து பார்த்தாலும் மனைவி மற்றும் மகள் செயலால் தானே இப்படி நடக்கின்றனர் என நினைத்தார்.

இனி எவ்வளவு காலம் நாம் இருக்கப் போகிறோம். அதற்குள் மகன்களுக்கு சேர வேண்டியதை கொடுத்து விட வேண்டும் என எண்ணினார்.

ஒரு நல்ல நாளில் மனைவி குழந்தையை கார்த்திகேயன் அவர்கள் வீட்டிற்கு அழைத்து வந்தான். குழந்தைக்கு தேவையானவற்றை மாடியில் உள்ள அறையில் செய்து வைத்திருந்தான்.

வீட்டு வேலைக்கு என ஒரு பெண்ணை அமர்த்தினான். அவருக்கு சம்பளம் அவனே தருவதாக ஏற்பாடாகியது.

தெய்வாவிடம்," நீ குழந்தையை மட்டும் பார்த்துக்கொள் என்றிருந்தான். மங்கையர்கரசி அவளை இப்போது எதுவும் சொல்வதில்லை. கந்தன் அவரை பிரச்சனை எதுவும் செய்யக்கூடாது என்றிருந்தார்.

இரவில் தனிமையில் மனைவியை நெருங்கும் நேரம் சரியாக மகனுக்கு எப்படி தெரியும் என தெரியாது. அந்த நேரத்தில் அழுது எழுபவன் அவர்களைத் தூங்க வைத்த பின் தான் அவன் தூங்கு-

வான்.

கந்தன் தன் மகன்களை அழைத்து சொத்துக்களை பற்றி பேசினார். வீட்டினர் அனைவரும் அங்கு தான் இருந்தனர்.

மங்கையர்கரசி கூட இப்போது ஏன் இதை பிரிக்க வேண்டும் என்பதற்கு கந்தன் தான் " பெண்ணிற்கு மட்டும் கொடுத்துவிட்டு ஆண் பிள்ளைகளுக்கு தராமல் இருந்தால் சரி வராது " என்றிருந்தார்.

மகன்கள் எப்படியும் ஒரு நாள் இது நடக்கப்போவது தானே அது இன்றே நடக்கிறது என நினைத்தனர்.

கந்தன் நடத்தும் கடை வீடு மற்றும் நிலம் அனைத்தும் இரு மகன்களுக்கு சரிசமமாக பங்கு வரும் என்றார்.

உடனே மங்கையர்கரசி, " இதில் யாழினிக்கும் கூட பங்கு வேண்டும்"என்றார்.

மகன்களின் முகத்தைப் பார்த்தார் கந்தன். அவர்கள் கொடுத்தால் கொடுங்கள் என கூறினார்

கந்தன் தான் யாழினிக்கு அதிகமாக செய்து விட்டோம். மகன்களுக்காவது இதைத் தருவோம் என நினைத்தார். " இது அனைத்தும் என் பெயரில் இருக்கிறது. இதை யாருக்கு கொடுக்க வேண்டும் என்று எனக்குத் தெரியும் " என்றார்.

மங்கையர்க்கரசி, " என் நகைகள் அனைத்தும் யாழினிக்கு தான் கொடுப்பேன், அதை இப்போதே சொல்லி விடுகிறேன்" தன் இரு மருமகளை பார்த்து கூறினார்.

அங்கிருந்த அனைவருக்கும் இதைக் கேட்டு எரிச்சலாக தான் வந்தது. இவரை மாற்ற முடியாது என நினைத்தனர். "

கார்த்திகேயன், "அப்பாவின் கடையை பிரிக்க வேண்டாம். அப்படியே அண்ணன் வைத்துக் கொள்ளட்டும் " என்றான்.

அங்கிருந்த யாரும் இதை எதிர்பார்க்கவில்லை. முத்துப்பாண்டி தற்போது தான் இந்த தொழிலை ஆர்வமாக செய்கிறான். அப்படி இருக்கையில் இது அவனுக்கு மட்டுமே உடைய தொழில் என்றால் இன்னும் சிறப்பாக செயல்படுவான் என நம்பினான்.

அவனுக்கு தன் தம்பியை பற்றி தெரியும். எப்பொழுதும் பக்க பலமாக இருப்பான். ஆனால் கடை முழுவதும் அவனுக்கு கொடுக்கும் போது சற்று உணர்ச்சிவசப்பட்டு இருந்தான்.

" அப்பாவும், நானும் உன்னுடன் இருக்கிறோம். சிறப்பாக செயல்பட வேண்டும் " என்றான்.

நர்மதாவின் மகிழ்ச்சிக்கு அளவே இல்லை. முதலில் கார்த்திகேயன் தெய்வாவை பார்த்து பொறாமைப்பட்டதை எண்ணி வருந்தினாள்.

தெய்வாவின் முகத்தை பார்த்த பொழுது கார்த்திகேயன் இப்படி செய்ததற்கு மகிழ்ச்சியாகவே இருந்தாள்.

கந்தன் கூட மகனை நினைத்து பெருமைப்பட்டார். நமக்கு பின்னர் இருவரும் ஒற்றுமையாக இருப்பார்கள் என நம்பினார்.

அவர்கள் அறையில் தெய்வா கணவனிடம்," நீங்கள் முத்துப்பாண்டி மாமாவிற்கே கடையை கொடுத்தது எனக்கு சந்தோஷமாக இருந்தது. நாம் மட்டும் தனியாக ஒரு டிபார்ட்மெண்டல் ஸ்டோர் வைத்திருக்கிறோம். அவர்களுக்கு ஒன்று இருப்பது நல்லது தானே" என்றாள்.

மனைவி எப்படியும் இதைத்தான் கூறுவாள் என முன்பே அவனுக்கு தெரியும். குழந்தை மடியில் வைத்து அமர்ந்திருந்தவரின் அருகில் அமர்ந்தான்.

"ஆனால், நகைகளை மருமகள்களுக்கு தராமல் போனாலும் பேத்தி என்று வந்தானாவிற்கு ஏதாவது கொடுத்திருக்கலாம்" கூறினாள் ".

அதுதான் அம்மாவைப் பற்றி தெரியுமே, யாழினியை கெடுப்பதே அவர்தான், இன்னும் அவர்கள் திருந்தாவிட்டால் என்ன செய்வது" என்றான்.

" யாழினிக்கு சொத்து கொடுப்பதை பற்றி அத்தை பேசும் பொழுது நீங்கள் ஏன் அமைதியாக இருந்தீர்கள், அவளுக்கும் பங்கு கொடுப்பது தானே முறை" என்றாள்".

"அம்மா அவர் நகைகளை எப்படியும் யாழினிக்கு மட்டும் தான் தருவார் என்பது ஏற்கனவே தெரியும். அதுபோக அவளுக்கு தனியாக இடத்தை விற்று செய்தது எல்லாம் நமக்கு கொடுத்த அளவிற்கு சமமாக தான் வரும். அதனால் தான் நான் அப்போது எதுவும் பேசவில்லை. வீட்டிற்கு தெரியாமல் திருமணம் செய்தவ-ளுக்கு யாரும் இப்படி செய்ய மாட்டார்கள்" என்றான்.

" என்னங்க அவள் உங்கள் தங்கச்சி, காதலித்து நமக்குத் தெரி-யாமல் திருமணம் செய்து விட்டால் என்பதற்காக அந்த உறவை அப்படியே விட முடியுமா? " என கேட்டாள்.

இதைக் கேட்டவன், " காதலித்தால் மட்டும் போதாது, காதலைப் பற்றி வீட்டில் கூறி அனைவரின் சம்மதத்தோடு திருமணம் செய்ய வேண்டும், வீட்டினரை இப்படி அசிங்கப்படுத்த கூடாது." என்றான்.

" வீட்டில் திருமண பேச்சு எடுக்கவும் தான் யாழினி அப்படி ஒரு முடிவை எடுத்திருப்பாள்" என்றாள்.

அவள் முகத்தை நிமிர்த்தி தன்னை பார்ப்பது போல் வைத்தவன், " உன்னிடம் நான் இதுவரை இதைப் பற்றி கூறியதில்லை. ஆனால், இப்போது கூற வேண்டும் போல் இருக்கிறது. உன்னை முதலில் பார்த்த போதே எனக்கு பிடித்து விட்டது. அந்த பிடித்தம் தானே திருமணம் நடைபெற காரணமாக இருந்தது".

" ம்ம்... எனக்கும் தான் உங்களை முதலில் பார்த்த பொழுது பிடித்து விட்டது" என கூறி அவன் தலையை கீழே இழுத்து

இதழில் ஒரு மென் முத்தம் பதித்தாள்.

அவன் எழுந்து தூங்கிய குழந்தையை தொட்டிலில் படுக்க வைத்-தான். மீண்டும் அவளை பார்ப்பது போல் கட்டிலிலே அமர்ந்தான்.

" ஆனால், நான் உன்னை முதல் முதலில் பார்த்தது அப்போது இல்லை. நீ ஒரு நாள் சைக்கிளில் போகும்போது பார்த்தேன். இரட்டைச் சடை போட்டுக்கொண்டு, பாவாடை சட்டையில் இருந்-தாய். அன்று நான் டூவீலரில் உனக்கு எதிராக வந்து கொண்டி-ருந்தேன்" என அந்த நாளுக்கே சென்றவன் போல கூறிக் கொண்-டிருந்தான்.

" நமக்கு வீட்டில் பேசுவதற்கு முன் என்னை பார்த்திருக்கிறீர்களா? அது சரி ஒரே ஊர் தானே என்னை பார்த்து இருப்பீர்கள்" . என்-றாள்.

" நான் சொல்வதை முழுவதும் கேள், இடையில் பேசாதே" என்-றவன்.

" உன்னை பார்த்த மறுநாள் நீ அந்த வழியாகத்தான் வருவாய் என அங்கு சென்றேன். ஆனால் அன்று நீ வரவில்லை. இரண்டு நாட்களாக அந்த ஏரியாவை சுற்றி ,சுற்றி வந்து கொண்டிருந்தேன். உன்னை பார்க்கவே முடியவில்லை. உன்னை இரண்டு நாட்க-ளாக தேடிக் கொண்டிருந்தேன். அப்போதுதான் அந்த ஏரியாவில் வேறொரு தெருவில் உன்னை பார்த்தேன்" என்றான் ".

எப்போது பார்த்தீர்கள் என கேள்வியாக பார்த்தால் மனைவி.

அவளை நெருங்கி முகத்தைப் பற்றி இமைகளில் முத்தம் கொடுத்-தான். " உன்னை மறுபடியும் பார்க்கும் பொழுது ஸ்கூல் யூனிபார்-மில் அதே இரட்டைச் சடையில் இருந்தாய்" என்றான்.

அதைக் கேட்டவளின் விழிகள் இரண்டும் ஆச்சரியத்தில் விரிந்தது, " என்னங்க சொல்றீங்க, ஸ்கூல் படிக்கும்போது பார்த்தீர்களா? அது எப்படியும் மூன்று வருடங்களுக்கு முன்பு இருக்குமே " என்றாள்.

" ஆம், அப்போதே எனக்கு உன்னை பிடித்திருந்தது. எப்படியாவது நீ எனக்கு வேண்டும் என நினைத்தேன். அதுபோலவே நடத்தி விட்டேன்" என பெருமையாக கூறினான்.

அவன் கூறிய பதிலில் தெய்வாவிற்கு கண்கள் கலங்கிவிட்டது. கைகள் எல்லாம் உணர்ச்சிவசப்பட்டதில் லேசாக நடுங்கியது.

அவளின் நிலையை உணர்ந்தவன் அவளை லேசாக அனைத்து, " என்ன நான் கூறியது பிடிக்கவில்லையா?" என்றான்.

அவன் மார்பில் முகம் புதைத்தவள் தலையை மட்டும் இல்லை என்பது போல் அசைத்தாள்.

கணவன் நம்மை திருமணத்திற்கு முன்பே பார்த்து விருப்பப்பட்டு தான் திருமணம் செய்தான் என்ற நினைப்பு அவளுக்கு எல்லை-யில்லா மகிழ்ச்சியை தந்தது.

நமக்கே தெரியாமல் ஒருவர் நம் பின்னால் சுற்றி கொண்டிருந்தி-ருக்கிறார். இதை எப்படி கவனிக்காமல் விட்டோம் என எண்ணி-னாள்.

அவள் முதுகை தடவி கொடுத்தவன் மேலும், " உன்னை பார்க்க அந்தப் பகுதியிலே சுற்றுவேன். நீ ஸ்கூல் போகும் நேரம், வீட்-டிற்கு வரும் நேரம் என எனக்கு அத்தனையும் தெரியும். கடையை விட்டுவிட்டு உன்னை பார்க்க அந்த நேரம் எப்படியும் வந்து விடு-வேன்" என்றான்.

" அப்போது உன்னிடம் வந்து பேச ஆசையாக இருக்கும். படிக்கும் சிறு பெண்ணே தொந்தரவு செய்ய வேண்டாம் என அமைதியாக போய்விடுவேன்" என்றான்.

"அப்போ இந்த மூன்று வருடத்தில் நான் பெரிய பெண்ணாகி விட்-டேனா? " என்றாள்.

கட்டிலில் அமர்ந்திருந்தவளை அப்படியே தூக்கி தன் மடிக்கு மாற்றி " எப்போதும் நீ எனக்கு சின்ன பெண் தான்"என்றான்.

"அந்த சின்ன பெண்ணுக்கு தான் நீங்கள் ஒரு குழந்தையை கொடுத்துள்ளீர்கள்" என்றாள்.

அதைக் கேட்டவன் அப்படி ஒரு சிரிப்பு சிரித்தான். உடனே தன் கையால் அவன் வாயை மூடியவள் , " உங்கள் மகன் எழுந்திருக்க போகிறான், மெதுவாக சிரியுங்கள் " என கோபம் போல் முகத்தை வைத்துக்கொண்டு சொன்னாள்.

அவள் கைகளை பிரித்தவன், " எப்படியோ மூன்று வருடம் காத்திருந்தேன். பிறகு உனக்கு வேறு வரன் எதுவும் அமைந்து விட்டால் என்ன செய்வது என நினைத்து எனது உறவினர் பாலராமன் மூலம் உங்கள் வீட்டில் பேச வைத்தேன். அவர் அதற்கு உதவினார். எப்படியும் உனக்கு திருமண வயது வந்த பின்னல்தான் திருமணம் செய்தேன். " என்றான்.

" நீங்கள் கூறியதை கேட்கும் பொழுது என்னால் நம்ப கூட முடியவில்லை. திருமணத்திற்கு முன்பு என்னை பார்த்து நீங்கள் உங்கள் விருப்பத்தை கூறியிருந்தால் கண்டிப்பாக அதை ஏற்றிருக்க மாட்டேன். ஆனால் இப்போது அதைகேட்டு சந்தோசமாக இருக்கிறது தெரியுமா? என்றாள்.

அவள் ஏற்றிருக்க மாட்டேன் என்றதுக்கு அவளை முறைத்துப் பார்த்து கொண்டே " அதே சந்தோஷத்தோட என்னை சிறப்பாக கவனி" என்று அவளை கட்டிலில் தள்ளினான்.

கட்டிலில் விழுந்தவள் " ஸ்கூல் படிக்கும்போது பார்த்தவளிடம் , குழந்தை பிறந்த பிறகு வந்து காதலிக்கிறேன் என்றவரை எல்லாம் சிறப்பாக கவனிக்க முடியாது" என்றாள்.

"சிறப்பாக கவனிக்காமல் விட்டாலும், சாதாரணமாகவாவது என்னை கவனி டி " என்றவன் அடுத்துஅவளைபேச விடவில்லை .

குழந்தை பிறந்ததில் இருந்து அவர்களுக்குள் எதுவும் நடக்கவில்லை. தற்போதும் அவள் உடல் எடை சற்று கூடி தெரிந்தால். அதை அவன் கையால் சோதித்துக் கொண்டு அவளை துடிக்க வைத்தான்.

இருவரும் இன்று ஒரு புது உணர்வில் இருந்தனர். நீண்ட நாள் சேராமல் இருந்தது ஒரு காரணம் என்றால், தன் விருப்பத்தை அவளிடம் தெரிவித்து விட்டோம் என அவனும், கணவனால் காதலிக்கப்பட்டுள்ளோம் என அவளும் அதை எண்ணி திளைத்தனர்.

அவன் பிதற்றல்களை கேட்டு அவள் சிவந்தாள். இறுதியில் இருவரும் ஒரே நேரத்தில் " லவ் யூ " எனக்கூறி முடித்தனர். அதைக் கேட்ட இருவரும் அந்த நேரத்தில் ஒருவரை ஒருவர் பார்த்து புன்னகைத்தனர்.

அந்த இரவு அவர்களின் வாழ்க்கையின் இன்றியமையாததாகி போனது. இந்த நாளை போல் அவர்கள் என்றும் காதலோடு சந்தோஷமாக இருக்க வேண்டி நாமும் விடை பெறலாம்.

சுபம்